தமிழ்ப் பயணம்

(ஆய்வுக் கட்டுரைகள்)

முனைவர் சே. பத்மினி
உதவிப் பேராசிரியர்
தமிழாய்வுத்துறை
தேசியக் கல்லூரி (தன்னாட்சி)
திருச்சி - 01

Made with ❤ on the Notion Press Platform

www.notionpress.com

சமர்ப்பணம்

V.S.P. கண்ணகிச் செல்வி

(03.05.1965 - 15.02.2025)

வையத்துள் வாழ்வாங்கு வாழ்பவன் வானுறையும்

தெய்வத்துள் வைக்கப் படும் - **குறள்.50.**

பொருளடக்கம்

அணிந்துரை

முனைவர் க. இராஜா
இணைப்பேராசிரியர்
தமிழ்த்துறை
தனலட்சுமி ஸ்ரீனிவாசன் பல்கலைக்கழகம்
சமயபுரம், திருச்சிராப்பள்ளி – 621 112.

தமிழ்ப் பயணம் எனப் பெயரிடப்பட்டுள்ள இந்நூல், தமிழ்மொழியின் தொன்மை முதல் இன்றைய நவீன அறிவியல்–தொழில்நுட்பச் சூழல் வரை தமிழின் தொடர்ச்சியான பயணத்தை செறிவாக எடுத்துரைக்கும் சிறப்புமிக்க படைப்பாக அமைந்துள்ளது. மொழி, இலக்கியம், பண்பாடு, ஆன்மீகம், சமூகச் சிந்தனை, நூலகப் பண்பாடு, பெண்களின் அறிவணுகல், கணினி மொழியியல் எனப் பல்வேறு தளங்களை ஒரே நூலின் உள்ளடக்கமாக இணைத்துள்ளமை, இந்நூலின் பரந்த நோக்கும் ஆய்வுச் செழுமையும் ஆகும்.

சங்ககால இலக்கியங்களின் வரலாற்றுப் பின்னணியிலிருந்து சித்தர் இலக்கியங்களின் தத்துவ ஆழம் வரை, தமிழ் ஒரு மொழி மட்டுமல்ல; அது ஒரு வாழ்வியல் மரபு என்பதை இந்நூல் வலுவாக நிறுவுகிறது. இலக்கியம் தனிநபர் அனுபவத்தின் வெளிப்பாடாக மட்டுமன்றி, சமூக உணர்வின் பிரதிபலிப்பாகவும் அமைகிறது என்பதைக் கூர்மையான பார்வையுடன் ஆசிரியர் விளக்குகிறார். தமிழ்ச் சிந்தனை காலத்துக்கேற்ற வகையில் தன்னைத் தானே புதுப்பித்துக் கொண்டே வந்திருப்பதை இந்நூல் தெளிவாக எடுத்துக்காட்டுகிறது.

நூலகங்கள் தமிழ்மரபின் பாதுகாப்புக் களஞ்சியங்களாக விளங்குகின்றன என்பதையும், ஓலைச்சுவடிகள், கையெழுத்துப் பிரதிகள், ஆவணங்கள் ஆகியவை தமிழ்ச் சமூகத்தின் அடையாளத்தை நிலைநிறுத்துகின்றன என்பதையும் இந்நூல் அழுத்தமாக எடுத்துரைக்கிறது. அதேபோல், டிஜிட்டல் நூலகங்கள், இணையவழி அறிவுப் பரவல் போன்ற நவீன முயற்சிகள் தமிழறிவை உலகளாவிய அளவில் கொண்டு செல்லும் திறன் கொண்டவை என்பதையும் ஆசிரியர் தெளிவுபடுத்துகிறார்.

அணிந்துரை

பெண்களின் கல்வி மற்றும் அறிவணுகல் தொடர்பான சிந்தனைகள் இந்நூலில் முக்கிய இடம் பெறுகின்றன. சமூக மற்றும் பண்பாட்டு தடைகளைத் தாண்டி அறிவைப் பெறுவதன் அவசியத்தை வலியுறுத்துவதன் மூலம், சமத்துவமான சமூக உருவாக்கத்திற்கான தமிழின் பங்களிப்பையும் இந்நூல் சுட்டிக்-காட்டுகிறது. மேலும், கலப்பு மொழிநடை (Code-mixing), கணினி மொழியியல் போன்ற இன்றைய மொழியியல் சவால்களையும் எதிர்காலத் தேவைகளையும் முன்வைத்து, தமிழின் வளர்ச்சி நிலைப்புத்தன்மையுடன் தொடர வேண்டும் என்ற பார்வையையும் இந்நூல் முன்மொழிகிறது.

இந்நூலை இயற்றிய முனைவர் சே. பத்மினி அவர்கள், தமது ஆய்வுப் புலமையையும் கற்பித்தல் அனுபவத்தையும் ஒருங்கிணைத்து, ஆழமும் எளிமையும் கொண்ட நடைப்பாணியில் தமிழின் பயணத்தை வாசகர்களுக்குப் புரியவைக்கிறார். தமிழ்-மொழிப் பண்பாட்டின் மீது அவர்களுக்கு உள்ள ஆழ்ந்த பற்றும், அறிவியல் அணுகுமுறையும், இந்நூலை ஒரு நம்பகமான ஆய்வுத் தொகுப்பாக மாற்றியுள்ளது.

மொத்தத்தில், தமிழ்ப் பயணம் என்பது தமிழின் கடந்த காலத்தை அறியச் செய்வதாகவும், நிகழ்காலத்தை புரியவைக்கும் அறிவுக் கருவியாகவும், எதிர்காலத்தை சிந்திக்கத் தூண்டும் வழிகாட்டியாகவும் விளங்குகிறது. மாணவர்கள், ஆய்வாளர்கள், ஆசிரியர்கள், நூலக அறிவியலாளர்கள் மற்றும் தமிழார்வலர்கள் என அனைவருக்கும் இந்நூல் பயனளிக்கும் என்பதில் எவ்வித ஐயமும் இல்லை.

இத்தகைய சிறப்புமிக்க நூலைத் தமிழுலகிற்கு வழங்கிய முனைவர் சே. பத்மினி அவர்களை மனமார்ந்துப் பாராட்டுகிறேன். தமிழின் தொடர்ச்சியான பயணத்தை அறிவியல் பார்வையுடன் பதிவு செய்துள்ள இந்நூல் சிறந்த வரவேற்பைப் பெற வேண்டும் என இறைவனை வேண்டுகிறேன்.

வாழ்த்துக்களுடன்

முனைவர் க. இராஜா

முகவுரை

தமிழ்ப் பயணம் எனும் இந்நூல், ஒரே காலகட்டத்தில் திட்டமிட்டு எழுதப்பட்ட நூல் அல்ல. பல்வேறு காலங்களிலும், பல்வேறு சூழல்களிலும், பல்வேறு தேவைகளின் அடிப்படையில் நான் எழுதிய கட்டுரைகளின் ஒருங்கிணைந்த தொகுப்பாக இது உருவெடுத்துள்ளது. கற்பித்தல், ஆய்வு, கருத்தரங்குகள், நூலகப் பயணங்கள், சமூகச் சந்திப்புகள், மற்றும் கல்விசார் அனுபவங்கள் என வாழ்க்கையின் பல தருணங்களில் பிறந்த சிந்தனைகளே இக்கட்டுரைகளின் அடித்தளமாக உள்ளன.

ஒவ்வொரு கட்டுரையும் தனித்தனி நேரங்களில், தனித்தனி நோக்கங்களோடு எழுதப்பட்டிருந்தாலும், அவற்றின் மையமாக இருப்பது தமிழ்மொழி, தமிழ்ப்பண்பாடு, மற்றும் தமிழ்ச் சமூகத்தின் அறிவுப் பயணமே ஆகும். அதனால் தான் கால இடைவெளிகளிலும் சூழல் வேறுபாடுகளிலும் எழுதப்பட்ட இக்கட்டுரைகள், ஒரே நூலாகத் தொகுக்கப்பட்டபோது ஒரு தொடர்ச்சியான "தமிழ்ப் பயணம்" எனும் ஓட்டத்தை வெளிப்படுத்துகின்றன.

இந்நூலில் இடம் பெற்றுள்ள கட்டுரைகள் சங்ககால இலக்கிய வரலாறு முதல் சித்தர் சிந்தனை வரை, நூலகப் பண்பாடு முதல் டிஜிட்டல் அறிவுப் பரவல் வரை, பெண்களின் கல்வி மற்றும் அறிவணுகல் முதல் கணினி மொழியியல் வரை பல்வேறு தளங்களைத் தொடுகின்றன. ஒவ்வொரு கட்டுரையும் அக்காலத்தின் கல்வி மற்றும் சமூகச் சூழலை பிரதிபலிப்பதோடு, தமிழின் காலத்தைக் கடந்த உயிர்ப்பையும் உணர்த்துகிறது.

இக்கட்டுரைகள் எழுதப்பட்ட காலகட்டங்களில் எனக்கு எழுந்த கேள்விகளும், மாணவர்களிடமிருந்து கிடைத்த வினாக்களும், வாசிப்புகளால் உருவான சிந்தனைகளும், நேரடி அனுபவங்களும் இந்நூலின் உள்ளடக்கமாக மாறியுள்ளன. அதனால், இந்நூல் முழுமையான ஒரே வடிவச் சிந்தனையைக்

காட்டிலும், வளர்ச்சியடைந்துவரும் ஒரு சிந்தனைப் பயணத்தை வாசகர்களுக்கு முன்வைக்கிறது.

நூலகங்கள் எனக்கு எப்போதும் அறிவின் பாதுகாப்புக் கூடங்களாகத் தோன்றியவை. அங்கே பாதுகாக்கப்படும் ஓலைச்சுவடிகள், கையெழுத்துப் பிரதிகள், ஆவணங்கள் ஆகியவை தமிழ்ச் சமூகத்தின் நினைவுகளாக உள்ளன. அதே நேரத்தில், டிஜிட்டல் உலகம் தமிழறிவை உலகளாவிய பரப்பிற்கு கொண்டு செல்லும் புதிய வாய்ப்புகளையும் உருவாக்கியுள்ளது. இவ்விரு நிலைகளுக்கிடையிலான தொடர்பையும் சில கட்டுரைகள் வெளிப்படுத்துகின்றன.

பெண்களின் கல்வி, அறிவணுகல், சமூகச் சுதந்திரம் ஆகியவை பற்றிய சிந்தனைகளும் இந்நூலில் இடம் பெற்றுள்ளன. இவை குறிப்பிட்ட ஒரு காலத்தின் கருத்துகளாக மட்டுமல்லாமல், தொடர்ச்சியான சமூக உரையாடலாக வாசிக்கப்பட வேண்டியவை என்பதே என் நம்பிக்கை.

இந்நூலில் உள்ள கட்டுரைகள் அனைத்தும் ஆய்வுக்காக மட்டுமே எழுதப்பட்டவை அல்ல; அதே வேளை பொதுவாசகர்களுக்காக எழுதப்பட்டவை மட்டும் அல்ல. ஆய்வின் ஆழமும், அனுபவத்தின் எளிமையும் இணையும் இடமாக இக்கட்டுரைகள் அமைந்துள்ளன. எனவே, மாணவர்கள், ஆய்வாளர்கள், ஆசிரியர்கள், நூலக அறிவியலாளர்கள், மற்றும் தமிழார்வலர்கள் என பல்வேறு தரப்பினருக்கும் இந்நூல் பயனளிக்கும் என நம்புகிறேன்.

தமிழ்ப் பயணம் இந்நூலுக்கு அணிந்துரை, இந்நூலின் உள்ளடக்கப் பரப்பை வாசகர்களுக்கு தெளிவாக எடுத்துரைப்பதோடு, தமிழ்மொழி மற்றும் தமிழ்ப்பண்பாட்டின் தொடர்ச்சியான பயணத்தை அறிவியல் பார்வையுடன் உணர்த்துகிறது. அதன் கருத்துச் செழுமையையும் நோக்கத் தெளிவையும் உயர்த்திய **முனைவர் க. இராஜா** அவர்களுக்கு என் மனமார்ந்த நன்றியை உரித்தாக்கிக் கொள்கிறேன்.

இந்த நூல் உருவாகும் பயணத்தில் என்னை மனவலிமையுடன் வழிநடத்திய என் உயிர்த்தந்தை **ரா. சேகர்** அவர்களுக்கு என் பணிவான நன்றியை உரித்தாக்கிக் கொள்கிறேன். இந்நூல் வெளிவரக் காரணமாக உறுதுணையாக இருந்து ஊக்கமளித்த என் கணவர் **பொன். பாலமுருகன்** அவர்களுக்கு என் மனமார்ந்த நன்றியும் அன்பும். அவ்வப்போது எனக்கு உற்சாகமளித்து உதவிய என் மகள்கள் **ப. பா. சுபா ஸ்ரீ (கூடலழகி)** மற்றும் **ப. பா. டிம்பிள் ஸ்ரீ (ஆதிரை நாச்சியார்)** ஆகியோருக்கும் என் அன்பு நன்றியை இவ்விடத்தில் தெரிவித்துக் கொள்கிறேன்.

பல காலங்களில், பல சூழல்களில் எழுதப்பட்ட இந்தக் கட்டுரைகள் ஒரே நூலாக உங்களிடம் வந்து சேரும் இத்தருணத்தில், இவை தமிழின் நீண்ட பயணத்தில் ஒரு சிறிய பதிவாக அமைய வேண்டும் என்பதே என் மனமார்ந்த விருப்பம்.

- முனைவர் சே. பத்மினி

1. தொல்காப்பியமும் சங்க இலக்கியமும்

(தொல்காப்பியமும் சங்க இலக்கியமும்: இலக்கணமும் இலக்கியமும் ஒரு நுட்பமான பிணைப்பும்)

அறிமுகம்

தமிழ் இலக்கிய வரலாற்றில், தொல்காப்பியம் மற்றும் சங்க இலக்கியம் இரண்டும் காலத்தால் அழியாத பெரும் தூண்களாகக் கருதப்படுகின்றன. தொல்காப்பியம் தமிழ் இலக்கணத்தின் தொன்மையான நூலாகவும், சங்க இலக்கியங்கள் பண்டைய தமிழர்களின் வாழ்வியல், பண்பாடு, மற்றும் சமூக முறைகளைப் படம்பிடித்துக் காட்டும் அரிய பெட்டகங்களாகவும் திகழ்கின்றன. இந்த இரண்டும் தனித்தனியான படைப்புகள் அல்ல; மாறாக, ஒன்றுடன் ஒன்று ஆழமாகப் பிணைந்துள்ளன. இந்தக் கட்டுரை, தொல்காப்பியத்தின் இலக்கண விதிகள் எவ்வாறு சங்க இலக்கியப் பாடல்களில் உயிர்ப்புடன் இயங்குகின்றன என்பதை ஆராய்வதுடன், தொல்காப்பியத்தை சங்க இலக்கியங்களின் பண்பாட்டுப் பதிவுகளின் பிரதிபலிப்பாகவும் அணுகுகிறது.

தொல்காப்பியத்தின் காலம் மற்றும் அமைப்பு

தொல்காப்பியரின் கால நிர்ணயம்

தொல்காப்பியர் வாழ்ந்த காலம் குறித்து அறிஞர்களிடையே நீண்ட காலமாக விவாதங்கள் நிலவி வருகின்றன. திட்டவட்டமான வரலாற்றுச் சான்றுகள் இல்லாததால், ஒவ்வொரு அறிஞரும் வெவ்வேறு ஆய்வு முறைகளைப் பயன்படுத்துகின்றனர்.

பழங்காலக் கணிப்புகள்: பேராசிரியர் க. வெள்ளைவாரணனார், தொல்காப்பியர் காலம் கி.மு. 5320-க்கும் முற்பட்டது எனக் கூறுகிறார். தவத்திரு மறைமலை அடிகள், கி.மு. 3500-க்கு முந்தியவர் என வாதிடுகிறார்.

வடமொழி ஒப்பீடுகள்: சிலர் பாணினியின் இலக்கணத்தோடு ஒப்பிட்டு, தொல்காப்பியர் அவருக்கு முற்பட்டவர் எனக் கருதுகின்றனர். டாக்டர் ஆறு அழகப்பன், பாணினி கி.மு. 4 அல்லது 5-ஆம் நூற்றாண்டைச் சேர்ந்தவர் என்பதால், தொல்காப்பியர் காலம் கி.மு. 5-ஆம் நூற்றாண்டுக்குப் பிந்தையதாக இருக்க முடியாது என வாதிடுகிறார்.

பிற்காலக் கணிப்புகள்: ச. வையாபுரிப்பிள்ளை மற்றும் கே.ஏ. நீலகண்ட சாஸ்திரி போன்றோர், தொல்காப்பியர் காலம் கி.பி. 4 அல்லது 5-ஆம் நூற்றாண்டு என வரையறுக்கின்றனர்.

இந்த முரண்பட்ட கருத்துக்களுக்கு, அறிஞர்கள் மொழியியல், வரலாற்று நிகழ்வுகள் மற்றும் பிற்கால இலக்கிய ஒப்பீடுகள் போன்ற வெவ்வேறு ஆய்வு முறைகளைப் பயன்படுத்துவதே முக்கியக் காரணம். இருப்பினும், "தொல்காப்பியம் சங்க இலக்கியத்தின் வாசிப்பின் வழி அமைந்த இலக்கணம் ஆகும்" என்ற ஒரு கருத்து, இந்த விவாதத்திற்கு ஒரு புதிய கோணத்தை அளிக்கிறது. அதாவது, தொல்காப்பியம் ஒரு விவரிப்பு நூல் (descriptive grammar) என்பதை இது உணர்த்துகிறது.

தொல்காப்பியத்தின் அதிகாரங்களும் இயல்களும்

தொல்காப்பியம் மூன்று அதிகாரங்களாகப் பிரிக்கப்பட்டுள்ளது:

எழுத்ததிகாரம்: தமிழ் எழுத்துகளின் இலக்கணத்தைப் பற்றிப் பேசுகிறது.

சொல்லதிகாரம்: சொற்களின் இலக்கணம் மற்றும் அவற்றின் வகைப்பாடுகளை விளக்குகிறது.

பொருளதிகாரம்: இது தொல்காப்பியத்தின் தனிப்பெரும் சிறப்பு. இது தமிழர் வாழ்வியல் நெறிகளான அகம் (காதல்) மற்றும் புறம் (வீரம்) ஆகியவற்றின் இலக்கணங்களை வகுத்துள்ளது. இது ஒரு மொழி இலக்கணம் மட்டுமல்ல, ஒரு சமுதாய இலக்கணம் என்பதையும் உணர்த்துகிறது.

சங்க இலக்கியங்களின் பல்வகைமை

சங்க இலக்கியங்கள் எட்டுத்தொகை மற்றும் பத்துப்பாட்டு என இரண்டு பெரும் தொகுப்புகளாக வகைப்படுத்தப்பட்டுள்ளன. இவை பதினெண் மேல்கணக்கு நூல்கள் என்றும் அழைக்கப்படுகின்றன.

எட்டுத்தொகை: நற்றிணை, குறுந்தொகை, ஐங்குறுநூறு, அகநானூறு, புறநானூறு, கலித்தொகை, பரிபாடல், பதிற்றுப்பத்து என எட்டு நூல்களின் தொகுப்பு. இவை பெரும்பாலும் அகம் மற்றும் புறம் சார்ந்த தனித்தனிப் பாடல்களாகும்.

பத்துப்பாட்டு: திருமுருகாற்றுப்படை, பொருநராற்றுப் படை போன்ற பத்து நீண்ட பாடல்களின் தொகுப்பு.

சங்க இலக்கியங்கள், பண்டைய தமிழர்களின் வாழ்வியல், பண்பாடு, மற்றும் சமூக முறைகளைப் படம்பிடித்துக் காட்டும் காலக்கண்ணாடிகளாக விளங்குகின்றன. அகப்பாடல்கள் கற்பனைத் தலைவன், தலைவியின் காதல் வாழ்வையும், புறப்பாடல்கள் வீரம், கொடை, மற்றும் சமூக வாழ்வு நெறிகளையும் பேசுகின்றன.

இலக்கணம், இலக்கியம், ஒரு நுட்பமான பிணைப்பு
அகப்பொருள் இலக்கணம்

தொல்காப்பியம் அகப்பாடல்களுக்கு முதல், கரு, உரிப்பொருள் என்ற மூன்று கூறுகளை வகுத்துள்ளது. இந்த மூன்று கூறுகளும் சங்க அகப்பாடல்களில் ஒன்றிணைந்து, அந்தந்தத் திணைக்குரிய உரிப்பொருளை (காதல் நிகழ்வை) உணர்த்த உதவுகின்றன. உதாரணமாக, குறிஞ்சித் திணைப் பாடல்களில் மலை (முதல்பொருள்), அங்குள்ள விலங்குகள் (கருப்பொருள்) ஆகியவற்றின் வருணனைகள் புணர்தல் (உரிப்பொருள்) என்ற காதல் நிகழ்வைப் புலப்படுத்துகின்றன.

புறப்பொருள் இலக்கணம்

தொல்காப்பியம் ஏழு புறத்திணைகளை வரையறுத்துள்ளது (வெட்சி, வஞ்சி, உழிஞை, தும்பை, வாகை, காஞ்சி, பாடாண்). இந்தப் புறத்திணை விதிகள், புறநானூற்றுப் பாடல்களில் முழுமையாகப் பின்பற்றப்பட்டுள்ளன. மேலும், பத்துப்பாட்டு நூல்களில் உள்ள ஆற்றுப்படைப் பாடல்கள், தொல்காப்பியம் வகுத்த ஆற்றுப்படை இலக்கணத்திற்கு நேரடிச் சான்றுகளாக அமைகின்றன.

இலக்கண மீறல்கள் மற்றும் பொதுவான விழுமியங்கள்

சில சங்கப் பாடல்கள், 'யாதும் ஊரே யாவரும் கேளிர்' போன்றன, தொல்காப்பிய இலக்கண வரம்புகளைக் கடந்து நிற்பதாகக் கருதப்படுகின்றன. இருப்பினும், இது இலக்கணம் பிற்காலத்தில் தோன்றியது என்பதற்கான சான்றாக இல்லாமல், கவிஞர்களின் படைப்புச் சுதந்திரத்தைக் காட்டுகிறது. ஒருவேளை, தொல்காப்பியர் இது போன்ற தத்துவார்த்தப் பாடல்களுக்காகவே 'பொதுவியல்' திணையை வகுத்திருக்கலாம் என்ற கருத்தும் முன்வைக்கப்படுகிறது.

தொல்காப்பியமும் சங்க இலக்கியமும், விருந்தோம்பல், அறம், ஈகை போன்ற பொதுவான தமிழர் வாழ்வியல் விழுமியங்களை வலியுறுத்துகின்றன. தொல்காப்பியம் ஒரு சமூகத்தின் விழுமியங்களை வரையறுக்கும் வழிகாட்டியாகச் செயல்படுகிறது ('இப்படித்தான் வாழ வேண்டும்'). அதேசமயம், சங்க இலக்கியங்கள் அதற்கு இலக்கியச் சான்றுகளை வழங்குகின்றன ('பண்டைத் தமிழர் இப்படித்தான் வாழ்ந்தனர்').

முடிவுரை

தொல்காப்பியமும் சங்க இலக்கியங்களும் தனித்தனிப் படைப்புகள் அல்ல; அவை ஒன்றையொன்று பூர்த்தி செய்யும் ஒரு பெரும் பனுவலின் இரு பகுதிகள். தொல்காப்பியம் வாழ்வியல் இலக்கணத்தை கோட்பாடுகளாக வடிவமைக்க, சங்க இலக்கியங்கள் அந்தக் கோட்பாடுகளைக் கவித்துவ நடையில் எடுத்துக்காட்டுகளாகப் படைத்துள்ளன. இந்த ஆய்வு, இலக்கணத்திற்கும் இலக்கியத்திற்கும் இடையேயான நுட்பமான பிணைப்பைப் பல கோணங்களில் வெளிப்படுத்துகிறது. இலக்கணம், இலக்கியம், மற்றும் சமூகவியல் ஆகியவற்றை ஒரு சேர இணைத்து ஆய்வு செய்வது, தமிழ் இலக்கிய வரலாற்றின் ஆழமான புரிதலுக்கு வழிவகுக்கும்.

ஆய்வுக்குதவிய சுட்டிகள் & இணையதளங்கள்

1. ***Tholkappiaththin thonmai sirappu Tholkappiam* தொல்காப்பியத்தின் தொன்மைச் சிறப்பு தொல்காப்பியம் *Valai Tamil, https://www.valaitamil.com/tholkappiaththin-thonmai-sirappu_9021.html***
2. **தொல்காப்பியர் காலம் – தமிழ்க் கதிர், *http://tamildhason.blogspot.com/2012/12/blog-post_28.html***
3. **சங்க காலம் கி.மு.*500 - WordPress.com, https://kanchikalvi.files.wordpress.com/2016/08/pg-trb-history-73.pdf***
4. ***Full text of "*சங்க இலக்கிய ஆய்வுகள்*" - Internet Archive, https://archive.org/stream/dli.jZY9lup2kZl6TuXGlZQdjZM8luQy.TVA_BOK_0006455/TVA_BOK_0006455_%E0%AE%9A%E0%AE%99%E0%AF%8D%E0%AE%95_%E0%AE%87%E0%AE%B2%E0%AE%95%E0%AF%8D%E0%AE%95%E0%AE%BF%E0%AE%AF_%E0%AE%86%E0%AE%AF%E0%AF%8D%E0%AE%B5%E0%AF%81%E0%AE%95%E0%AE%B3%E0%AF%8D_djvu.txt***
5. **தொல்காப்பியம் - சொல்லதிகாரம், *https://www.msuniv.ac.in/***

images/distance%20education/learning%20materials/ug%20pg/ug//blit/II%20Year%20-%20DJL22%20-%20Tholkapiam%20Sollathikaram.pdf

6. தொல்காப்பியப் பொருளதிகாரப் பதிப்புகள் - *Tamil manuscriptology*-தமிழ்ச்சுவடியியல், *http://kovaimani-tamilmanuscriptology.blogspot.com/2018/11/blog-post_79.html*
7. தொல்காப்பியம்: அமைப்பு - பகுப்பு - சிறப்பு - தமிழியல், *https://thamizhiyal.com/?p=3001*
8. *Tolkappiyam entrance Tholkappiam* | தொல்காப்பியத்தில் வாயில்கள் தொல்காப்பியம் - *ValaiTamil, https://www.valaitamil.com/tolkappiyam-entrance_9025.html*
9. சங்க இலக்கிய நூல்கள் உரை சங்கத்தமிழ் *sangathamizh, sanga ilakkiyam, http://www.sangathamizh.com/*
10. சங்க இலக்கிய நூல்கள் - *Nakkeran, https://nakkeran.com/index.php/2020/04/13/sanga-literature-books/*
11. சங்க இலக்கியங்கள் காட்டும் வாழ்வியல் நெறி, *https://www.shcpub.edu.in/web/binary/view_document?model=ir.attachment&id=19686*
12. கற்பியல் | தமிழ் இணையக் கல்விக்கழகம் *TAMIL VIRTUAL ACADEMY, https://www.tamilvu.org/ta/courses-degree-p104-p1043-html-p1043225-26816*
13. சங்க இலக்கியத்தில் சமூகமும் அறமும், *https://www.shanlaxjournals.in/pdf/TS/V2N1/TAM_V2_N1_016.pdf*
14. சங்க காலச் சமுதாயம் - *Tamil Virtual University, accessed on September 21, 2025, http://www.tamilvu.org/courses/diploma/a031/a0314/html/a0314114.htm*
15. சங்க இலக்கியத்தில் விருந்தோம்பல் - கல்பனாசேக்கிழார், *http://sekalpana.blogspot.com/2008/11/blog-post_17.html*
16. தொல்காப்பியத் திணைக்கோட்பாடும் அகநெடும் பாடல்களும்-அ.ராமசாமி எழுத்துகள், *https://ramasamywritings.blogspot.com/2017/06/blog-post.html*
17. சங்க இலக்கியத்தில் அகம் + பதினெண் கீழ்க்கணக்கு, *https://tcaexamguide.com/upload/pdf/1665673317167.pdf*
18. சிறப்பு - தொல்காப்பியரின் புறத்திணை | தமிழ் இணையக் கல்விக்கழகம் *TAMIL VIRTUAL ACADEMY, http://www.tamilvu.org/ta/courses-degree-d021-d0213-html-d0213113-19566*
19. வெட்சித்திணை, தொல்காப்பியம் புறப்பொருள் வெண்பாமாலை - ஒப்பீடு (பகுதி_02) - *YouTube, https://www.youtube.com/watch?v=OhJkh7hNAQ8*

20. **தொல்காப்பியம் புறத்திணையியல் செய்திகள் - தமிழ் விக்கிப்பீடியா,** ***https://ta.wikipedia.org/wiki/%E0%AE%A4%E0%AF%8A%E0%AE%B2%E0%AF%8D%E0%AE%95%E0%AE%BE%E0%AE%AA%E0%AF%8D%E0%AE%AA%E0%AE%BF%E0%AE%AF%E0%AE%AE%E0%AF%8D_%E0%AE%AA%E0%AF%81%E0%AE%B1%E0%AE%A4%E0%AF%8D%E0%AE%A4%E0%AE%BF%E0%AE%A3%E0%AF%88%E0%AE%AF%E0%AE%BF%E0%AE%AF%E0%AE%B2%E0%AF%8D_%E0%AE%9A%E0%AF%86%E0%AE%AF%E0%AF%8D%E0%AE%A4%E0%AE%BF%E0%AE%95%E0%AE%B3%E0%AF%8D***

21. **புறநானூற்றில் வாகைத்திணை - *pattukkottai ramesh,*** ***http://pattukkottairamesh.blogspot.com/2015/03/blog-post.html***

2. தொல்காப்பியம் காட்டும் அழகியல், உளவியல்

(தொல்காப்பியச் செய்யுளியலும் மெய்ப்பாட்டியலும் காட்டும் அழகியல் மற்றும் உளவியல் விழுமியங்கள்)

முன்னுரை

காலவெள்ளத்தால் கரையாத கல்வெட்டென, தமிழர் தம் அறிவுச் செருக்கின் அடையாளமெனத் திகழ்வது தொல்காப்பியம். இது வெறும் எழுத்தும் சொல்லும் ஆராயும் இலக்கண நூல் அன்று; அது மனித வாழ்வின் அகத்தையும் புறத்தையும், அவன் காணும் கனவுகளையும் வெளிப்படுத்தும் உணர்வுகளையும், அவன் படைக்கும் கலையின் நுட்பங்களையும் வகுத்துரைக்கும் ஒரு முழுமையான வாழ்வியல் பனுவல். குறிப்பாக, அதன் பொருளதிகாரத்தில் இடம்பெறும் செய்யுளியலும் மெய்ப் பாட்டியலும், இலக்கியத்தின் நோக்கத்தையும் அதன் ஆழத்தையும் வரையறுக்கின்றன.

இலக்கியம் என்பது பொழுதைக் கழிக்கும் கேளிக்கைச் சாதனம் அல்ல, அது மனிதனின் நுண் உணர்வுகளைச் செம்மைப்படுத்தி, அவனது வாழ்க்கையை மேன்மைப்படுத்தும் ஒரு வலிமையான கருவி என்பதை நிறுவுவதே இவ்வாய்வுக் கட்டுரையின் நோக்கம். மெய்ப்பாட்டியல் வழி தமிழர் கண்ட உளவியல் ஆழத்தையும், செய்யுளியல் வழி அவர்கள் வகுத்த அழகியல் நேர்த்தியையும், இவ்விரண்டின் மூலம் அவர்கள் அடைந்த வாழ்வியல் பயனையும் இக்கட்டுரை விரிவாக ஆய்கிறது.

மெய்ப்பாட்டியல்: தமிழர் உளவியல் திறவுகோல்

தொல்காப்பியப் பேராசான், இலக்கியத்தின் ஆன்மாவாகிய உணர்வுகளை இலக்கண வரம்பிற்குள் கொண்டுவந்த நுண்மாண் நுழைபுலம் வியத்தற்குரியது. மெய்ப்பாட்டியல் என்பது உள்ளத்து உணர்வுகள் உடம்பின் வழி வெளிப்படும் தன்மையை (மெய் + படுதல்) விளக்கும் இயலாகும். இதுவே உலகின் முதல் உளவியல் கோட்பாடுகளில் ஒன்று எனலாம்.

"நகையே அழுகை இளிவரல் மருட்கை
அச்சம் பெருமிதம் வெகுளி உவகை என்று

அப்பால் எட்டே மெய்ப்பாடு என்ப"[1]

என, மனிதனின் அடிப்படை உணர்வுகளை எட்டு வகையாகப் பகுக்கிறார் தொல்காப்பியர். இந்த எட்டோடு அவர் நின்றுவிடவில்லை. ஒவ்வொரு மெய்ப்பாடும் தோன்றுவதற்கான நான்கு வெவ்வேறு களங்களையும் (நகைக்கு: எள்ளல், இளமை, பேதைமை, மடன்) வகுத்துரைத்து[2], மொத்தம் முப்பத்திரண்டு உணர்வு நிலைகளை அவர் விளக்குவது, மனித உளவியலை அவர் எவ்வளவு ஆழமாகப் புரிந்துகொண்டிருந்தார் என்பதற்குச் சான்றாகும்.

உளவியல் விழுமியம்

தொல்காப்பியரின் நோக்கம், உணர்வுகளைப் பட்டியலிடுவது மட்டுமல்ல. ஒரு படைப்பாளி, தன் பாத்திரங்களின் வழியே இவ்வுணர்வுகளை எவ்வாறு செம்மையாக வெளிப்படுத்தி, காண்போர் அல்லது கற்போர் மனதிலும் அதே உணர்வுகளைத் தூண்ட வேண்டும் என்பதற்கான வழிகாட்டியே மெய்ப்பாட்டியல். ஒரு கதாபாத்திரம் அச்சம் கொள்ளும்போது, அதைக் காண்போரும் அந்த அச்சத்தை உணர வேண்டும். ஒரு காட்சியின் பெருமிதம், படிப்பவரையும் சென்றடைய வேண்டும். இவ்வாறு, இலக்கியம் என்பது வாசகனை உணர்வுப்பூர்வமாக ஈடுபடுத்தும் ஒரு செயல்பாடு *(Interactive Process)* என்பதைத் தொல்காப்பியம் நிறுவுகிறது. இது, மனிதன் பிறர் நிலையில் தன்னை வைத்துப் பார்க்கும் பச்சாதாப *(Empathy)* உணர்வை வளர்க்கிறது.

இலக்கியம் வழியாகப் பல்வேறு உணர்வுகளை அனுபவிக்கும்போது, வாசகனின் மனம் பக்குவப்படுகிறது; அவனது உணர்வுகள் தூய்மையடைந்து செம்மைப்படுகின்றன *(Catharsis)*. இதுவே தொல்காப்பியம் மெய்ப்பாட்டியல் வழி நமக்குக் காட்டும் முதன்மையான உளவியல் விழுமியம் ஆகும்.

செய்யுளியல்: வடிவ நேர்த்தியும் உள்ளடக்கச் செறிவும்

இலக்கியத்தின் உள்ளடக்கமான உணர்வுகளை மெய்ப்பாட்டியல் பேச, அதன் உருவ நேர்த்தியைச் செய்யுளியல் பேசுகிறது. செய்யுளியல் என்பது வெறுமனே யாப்பு விதிகளைப் பட்டியலிடும் பகுதி அன்று; அது ஒலியின் ஒழுங்கு முதல் படைப்பின் நோக்கம் வரை பேசும் ஒரு முழுமையான அழகியல்

கோட்பாடு. மாத்திரை, எழுத்து தொடங்கி வண்ணம், வனப்பு ஈறாக முப்பத்து நான்கு செய்யுள் உறுப்புகளை அது வரையறுக்கிறது.

அழகியல் விழுமியம்:

தொல்காப்பியரின் பார்வையில், வடிவம் என்பது உள்ளடக்கத்திலிருந்து வேறானதல்ல. இரண்டும் ஒன்றோடொன்று பின்னிப் பிணைந்தவை.

* ஓசையும் உணர்வும்: பாக்களின் ஓசைகள் (அகவல், செப்பல், துள்ளல், தூங்கல்) வெவ்வேறு உணர்வு நிலைகளை வெளிப்படுத்தப் பயன்படுகின்றன. அகவல் ஓசை அறம் கூறவும், செப்பல் ஓசை உரையாடவும், துள்ளல் ஓசை துடிப்பான உணர்வுகளுக்கும் ஏற்றவை. ஓசையின் வழியாகவே பொருளை உணர்த்தும் இந்த அழகியல் நுட்பம், வடிவத்திற்கும் உள்ளடக்கத்திற்குமான உறவை நிலைநாட்டுகிறது.

* வண்ணங்கள்: செய்யுளில் பயின்றுவரும் ஒலிகளின் லயத்தை *(rhythm)* அடிப்படையாகக் கொண்டு, 'வண்ணம்' என்ற அழகியல் கூறினைத் தொல்காப்பியம் பேசுகிறது. அகவல் வண்ணம், ஒழுகு வண்ணம், வல்லிசை வண்ணம், மெல்லிசை வண்ணம் என இருபது வண்ணங்கள், கவிதையின் ஒலிநயத்தின் மூலம் அதன் பொருளையும் உணர்வையும் எவ்வாறு செறிவுபடுத்த முடியும் என்பதைக் காட்டுகின்றன. எடுத்துக்காட்டாக, மெல்லிசை வண்ணம் பிரிவின் துயரத்தையும், வல்லிசை வண்ணம் போரின் வீரத்தையும் உணர்த்தும் ஆற்றல் வாய்ந்தது.

* வனப்பு: அம்மை, அழகு, தொன்மை, தோல், விருந்து, இயைபு, புலன், இழைபு என எட்டு வகையான 'வனப்பு'களை *(Literary Qualities)* தொல்காப்பியம் குறிப்பிடுகிறது. இது ஒரு படைப்பின் ஒட்டுமொத்த அழகியல் தன்மையைக் குறிக்கிறது. 'தொன்மை' என்பது பழமையான கதையைச் சொல்வது, 'விருந்து' என்பது புதுமையான வடிவத்தைக் கையாள்வது. இதன் மூலம், ஒரு படைப்பின் அழகியல் என்பது அதன் வடிவ நேர்த்தியில் மட்டுமல்ல, அது கையாளும் பொருள், நடை மற்றும் புதுமை ஆகியவற்றிலும் அடங்கியுள்ளது என்ற விரிந்த அழகியல் பார்வையைத் தொல்காப்பியம் முன்வைக்கிறது.

ஆக, செய்யுளியல் என்பது கவிதைக்குச் சட்டம் போடும் ஒரு சிறைச்சாலை அன்று; அது உணர்வுகளைச் சிறப்பாக

வெளிப்படுத்த உதவும் ஒரு கருவித்தொகுப்பு. இங்கு அழகியல் என்பது வெறும் அலங்காரம் அல்ல, அது பொருளைத் திறம்படக் கடத்தும் ஒரு வழிமுறை. இதுவே செய்யுளியல் காட்டும் உயர் விழுமியம்.

இலக்கியத்தின் பயன்: அறம், பொருள், இன்பம் நோக்கிய பயணம்

இத்துணை உளவியல் ஆழத்துடனும், அழகியல் நேர்த்தியுடனும் படைக்கப்படும் இலக்கியத்தின் இறுதி நோக்கம் என்ன? தொல்காப்பியர் அதைத் தெளிவாக வரையறுக்கிறார். "இன்பமும் பொருளும் அறனும் என்றாங்கு" என்ற கோட்பாட்டின் அடிப்படையில், இலக்கியத்தின் பயன் என்பது வெறும் பொழுதுபோக்கு இன்பம் மட்டுமல்ல, அது அறத்தையும் பொருளையும் உணர்த்தி, மனிதனை ஒரு முழுமையான வாழ்வை நோக்கி வழிநடத்துவதே ஆகும்.[3]

- "கலை கலைக்காக" அல்ல, "கலை வாழ்விற்காக": தொல்காப்பியத்தின்படி, கலை என்பது தன்னைத்தானே நோக்கிக் கொள்ளும் ஒரு செயல்பாடல்ல. அது சமூகத்தையும், தனிமனித ஒழுக்கத்தையும் செதுக்கும் ஒரு உளி. அகத்திணைப் பாடல்கள் காதலைப் பாடினாலும், அவை "அன்பொடு புணர்ந்த ஐந்திணை"[4] என அறத்தின் பாற்பட்டே பேசுகின்றன. புறத்திணைப் பாடல்கள் வீரத்தைப் பாடினாலும், அவை அறமற்ற போரை ஒருபோதும் ஊக்குவிப்பதில்லை.

- வாழ்வியல் வழிகாட்டி: இலக்கியம், கற்பனையுலகில் சஞ்சரிக்க மட்டுமே உதவுவதில்லை. அது அறம் எது, பொருள் ஈட்டும் வழி யாது, இன்பத்தை நெறியுடன் துய்ப்பது எப்படி என வாழ்வின் முப்பரிமாணங்களையும் வாசகனுக்கு உணர்த்து கிறது. மெய்ப்பாடுகள் வழியாக உணர்வுகளைப் பக்குவப் படுத்தி, செய்யுளியல் வழியாக அழகியல் இன்பம் தந்து, இறுதியில் அவனை அறம்சார்ந்த வாழ்விற்கு ஆற்றுப் படுத்துவதே தொல்காப்பியர் கண்ட இலக்கியத்தின் மாபெரும் நோக்கம்.

முடிவுரை

தொல்காப்பியத்தின் செய்யுளியலும் மெய்ப்பாட்டியலும், இலக்கியத்தின் இரு கண்கள் போன்றவை. மெய்ப்பாட்டியல் அதன் அகமாகிய ஆன்மாவையும், செய்யுளியல் அதன் புறமாகிய

உடலையும் கட்டமைக்கின்றன. உணர்வுகளை உளவியல் நோக்கில் பகுத்தறிந்து, அவற்றை அழகியல் நேர்த்தியுடன் வெளிப்படுத்தி, அதன்மூலம் தனிமனிதனையும் சமூகத்தையும் அறவழியில் செலுத்துவதே இலக்கியத்தின் கடன் எனத் தொல்காப்பியம் அறுதியிட்டுக் கூறுகிறது. எனவே, தொல்காப்பியர் ஒரு இலக்கண ஆசிரியர் மட்டுமல்லர்; அவர் ஒரு தலைசிறந்த உளவியலாளர், தேர்ந்த அழகியல் திறனாய்வாளர், மனித வாழ்வை மேன்மைப் படுத்த வழிகாட்டிய ஒரு வாழ்வியல் சிற்பி. அவர் காட்டிய பாதையில், இலக்கியத்தை ஒரு வாழ்வியல் விழுமியமாகப் போற்றுவது நமது கடமையாகும்.

அடிக்குறிப்புகள்

1. *தொல்காப்பியம், பொருளதிகாரம், மெய்ப்பாட்டியல், நூற்பா: 247.*
2. *மேலது, நூற்பா: 248. (ஒவ்வொரு மெய்ப்பாட்டிற்கும் நான்கு அடிப்படைப் பொருள்கள் உண்டு என்பதைக் காட்டும் நூற்பா).*
3. *"இன்பமும் பொருளும் அறனும் என்றாங்கு... திறம்பட வருவது செய்யுள்" என்ற கருத்து தொல்காப்பியப் பொருளதிகாரத்தின் ஒட்டுமொத்த நோக்கமாகும். குறிப்பாக, பொருளியலில், "செயப்படு பொருளைச் செய்தது போலவும்" (நூற்பா: 489) போன்ற நூற்பாக்களுக்கு உரையாசிரியர்கள் எழுதும் விளக்கங்கள், இலக்கியத்தின் பயன் அறம், பொருள், இன்பத்தை அடைவதே என்பதை வலியுறுத்துகின்றன.*
4. *தொல்காப்பியம், பொருளதிகாரம், களவியல், நூற்பா: 1.*

துணைநூற்பட்டியல்

முதன்மை நூல்கள் (Primary Sources):

1. *தொல்காப்பியம் - பொருளதிகாரம், நச்சினார்க்கினியர் உரை, சைவ சித்தாந்த நூற்பதிப்புக் கழகம், சென்னை.*

2. *தொல்காப்பியம் - பொருளதிகாரம், பேராசிரியர் உரை, சைவ சித்தாந்த நூற்பதிப்புக் கழகம், சென்னை.*

3. *தொல்காப்பியம் - பொருளதிகாரம், இளம்பூரணர் உரை, சாரதா பதிப்பகம், சென்னை, 2010.*

துணைமை நூல்கள் (Secondary Sources):

1. வரதராசன், மு., *தமிழ் இலக்கிய வரலாறு*, சாகித்திய அகாதெமி, புது தில்லி, 2012 (மறுபதிப்பு).

2. கைலாசபதி, க., *தமிழ் வீரயுகப் பாடல்கள்*, குமரன் புத்தக இல்லம், கொழும்பு-சென்னை, 2006 (மறுபதிப்பு).

3. மீனாட்சிசுந்தரம், தெ. பொ., *தமிழ் இலக்கியத்தில் அழகியல்*, உலகத் தமிழாராய்ச்சி நிறுவனம், சென்னை.

4. வையாபுரிப் பிள்ளை, ச., *இலக்கிய தீபம்*, பாரி நிலையம், சென்னை.

5. சுப்பிரமணியன், ச. வே., *தொல்காப்பியப் பொருளதிகார ஆய்வு*, மெய்யப்பன் பதிப்பகம், சிதம்பரம், 2004.

6. Zvelebil, Kamil V., *Companion Studies to the History of Tamil Literature*, E.J. Brill, Leiden-New York, 1992.

7. பாலசுப்ரமணியன், சி., *தொல்காப்பியம் - ஓர் அறிமுகம்*, அமிழ்தம் பதிப்பகம், சென்னை.

3. இயற்கையும் ஆன்மிகமும்

(இயற்கையும் ஆன்மிகமும்: இலக்கியத்தின் வழி மனித உள்ளத்தின் தேடல்)

1. அறிமுகம்

மனிதன் தோன்றிய காலம் தொட்டே இயற்கையுடனும், தனக்கு அப்பாற்பட்ட ஒரு சக்தி மீதான நம்பிக்கையுடனும் பிணைந்தே வாழ்ந்து வருகிறான். இந்த இயற்கை மீதான வியப்பும், ஆன்மிகத் தேடலும் மனித உள்ளத்தில் ஆழமாகப் பதிந்து, பல்வேறு கலை வடிவங்களில், குறிப்பாக இலக்கியத்தில், வெளிப் பட்டுள்ளன. தமிழ் இலக்கியப் பரப்பில், சங்க காலம் தொட்டு இன்று வரை, இயற்கையும் ஆன்மிகமும் ஒன்றோடொன்று பின்னிப் பிணைந்து, மனித வாழ்வின் பல்வேறு பரிமாணங்களை வெளிப்படுத்தும் கருப்பொருள்களாகத் திகழ்கின்றன. இக்கட்டுரை, "இயற்கையும் ஆன்மிகமும்: இலக்கியத்தின் வழி மனித உள்ளத்தின் தேடல்" என்ற தலைப்பில், தமிழ் இலக்கியத்தில் இயற்கை எவ்வாறு வெறும் பின்னணியாக இல்லாமல், மனித உணர்வுகளின் வெளிப்பாடாகவும், ஆன்மிகத் தேடலின் குறியீடாகவும், மனித உள்ளத்தின் ஆழமான கேள்விகளுக்கான களமாகவும் திகழ்கிறது என்பதை விரிவாக ஆராய்கிறது.

2. சங்க இலக்கியத்தில் இயற்கையும் வாழ்வியல் பிணைப்பும்

சங்க இலக்கியம், தமிழர்களின் வாழ்வியலை, குறிப்பாக இயற்கையோடு இயைந்த அவர்களின் வாழ்வை மிகத் துல்லியமாகப் பதிவு செய்துள்ளது *(A History of Tamil Literature)*. சங்க இலக்கியத்தின் தனிச்சிறப்பான திணைப் பாகுபாடு, இயற்கையையும் மனித வாழ்வையும் பிரிக்க முடியாதபடி இணைக்கிறது. குறிஞ்சி, முல்லை, மருதம், நெய்தல், பாலை என ஐந்திணைகளும், நிலத்தின் தன்மையையும், அங்கு வாழும் மக்களின் தொழில், ஒழுக்கம், உணர்வுகள் ஆகியவற்றையும் வரையறுக்கின்றன.

குறிஞ்சி: மலையும் மலைசார்ந்த இடமும். இங்குள்ள மக்கள் வேட்டையாடுதலையும், தேன் சேகரித்தலையும் தொழிலாகக் கொண்டவர்கள். குறிஞ்சித் திணை, தலைவன் தலைவிக்கிடையே மலரும் காதலையும், அவர்களின் களவையும், இயற்கையின் பின்னணியில் அவர்களின் உணர்வுப் போராட்டங்க

-ளையும் சித்தரிக்கிறது. மலையின் பிரம்மாண்டமும், அருவிகளின் ஓசையும், பூக்களின் நறுமணமும் காதலின் தீவிரத்தை உணர்த்துகின்றன. இது மனித உள்ளத்தின் ஆழமான உணர்வுகளுக்கு இயற்கை எவ்வாறு களமாகிறது என்பதைக் காட்டுகிறது.

• முல்லை: காடும் காடுசார்ந்த இடமும். இங்குள்ள மக்கள் ஆடு மாடுகளை மேய்த்து வாழ்பவர்கள். முல்லைத் திணை, தலைவன் தலைவிக்கிடையே நிகழும் கற்பு வாழ்வையும், தலைவன் பிரிந்து சென்றபின் தலைவி ஆற்றியிருக்கும் பொறுமையையும், அவன் திரும்பி வரும் நம்பிக்கையையும் பேசுகிறது. மழைக்காலத்தின் வருகையும், முல்லைப் பூக்களின் மலர்ச்சியும் தலைவனின் வருகையை எதிர்நோக்கும் தலைவியின் மனநிலையை வெளிப்படுத்துகின்றன.

• மருதம்: வயலும் வயல்சார்ந்த இடமும். இங்குள்ள மக்கள் உழவுத் தொழில் செய்பவர்கள். மருதத் திணை, ஊடல், பரத்தைமை போன்ற குடும்ப வாழ்வின் சிக்கல்களையும், அவற்றின் மூலம் எழும் உணர்வுப் போராட்டங்களையும் விவரிக்கிறது. நீர்நிலைகளும், வயல்வெளிகளும் மனித வாழ்வின் செழிப்பையும், அதே சமயம் எழும் சிக்கல்களையும் பிரதிபலிக்கின்றன.

• நெய்தல்: கடலும் கடல்சார்ந்த இடமும். இங்குள்ள மக்கள் மீன்பிடித் தொழில் செய்பவர்கள். நெய்தல் திணை, தலைவன் தலைவியைப் பிரிந்து கடலுக்குச் செல்வதையும், தலைவி அவனுக்காகக் காத்திருப்பதையும், பிரிவின் துயரையும் சித்தரிக்கிறது. கடலின் அலைகளும், அதன் பரந்த தன்மையும் பிரிவின் ஆழத்தையும், காத்திருப்பின் வலியையும் உணர்த்துகின்றன.

• பாலை: மணலும் மணல்சார்ந்த இடமும் (வறண்ட நிலம்). இங்குள்ள மக்கள் வழிப்பறித் தொழில் செய்பவர்கள். பாலைத் திணை, பிரிவின் கொடுமையையும், வறுமையையும், பாலை நிலத்தின் வறண்ட தன்மையையும் பேசுகிறது. பாலை நிலத்தின் கொடூரமான சூழல், பிரிவின் வலியையும், மனித உள்ளத்தின் தவிப்பையும் மிகத் தீவிரமாக வெளிப்படுத்துகிறது.

சங்க இலக்கியத்தில், இயற்கை வெறும் வர்ணனைப் பொருளாக இல்லாமல், மனித உணர்வுகளின் குறியீடாகவும், வாழ்வின் ஒரு பகுதியாகவும் திகழ்கிறது. இது மனிதன் இயற்கையிலிருந்து தன்னைத் தனித்துப் பார்க்காமல், அதன் ஒரு

அங்கமாகவே உணர்ந்தான் என்பதைக் காட்டுகிறது. இங்கு ஆன்மிகம் என்பது ஒரு குறிப்பிட்ட மத நம்பிக்கையாக இல்லாமல், இயற்கையின் பிரம்மாண்டத்தின் மீதான வியப்பாகவும், அதன் சக்தியின் மீதான மரியாதையாகவும் வெளிப்படுகிறது.

3. பக்தி இலக்கியத்தில் இயற்கையும் இறைத் தேடலும்

சங்க காலத்திற்குப் பிறகு, பக்தி இலக்கியக் காலம் தமிழ் இலக்கிய வரலாற்றில் ஒரு பொற்காலமாகத் திகழ்ந்தது. நாயன்மார்களும் ஆழ்வார்களும் தங்கள் பக்திப் பாடல்கள் மூலம் இறைவனைப் போற்றினர். இவர்களின் பாடல்களில் இயற்கை இறைவனின் படைப்பாகவும், அவனை அடையும் வழியாகவும், அவனது திருவிளையாடல்களின் களமாகவும் சித்தரிக்கப்படுகிறது (*The Encyclopaedia of Indian Literatures*).

நாயன்மார்களின் தேவாரப் பாடல்களில், சிவபெருமான் உறையும் திருத்தலங்கள் இயற்கையின் எழிலோடு வர்ணிக்கப்படுகின்றன. திருஞானசம்பந்தர், திருநாவுக்கரசர், சுந்தரர் போன்றோர் பாடிய பாடல்களில், ஆறுகள், மலைகள், காடுகள், பூக்கள், பறவைகள், விலங்குகள் என அனைத்தும் இறைவனின் திருமேனியாகவும், அவனது சக்தியின் வெளிப்பாடாகவும் காணப்படுகின்றன. உதாரணமாக, திருஞானசம்பந்தர் சீர்காழியைப் பாடும்போது, "பூம்புகார்" (பூக்கள் நிறைந்த நகரம்) என்று வர்ணிப்பது, இயற்கையின் செழிப்பை இறைவனின் அருளோடு இணைக்கிறது. திருநாவுக்கரசர், "மாசில் வீணையும் மாலை மதியமும்" என்று தொடங்கும் பாடலில், இயற்கையின் அழகிய கூறுகளை இறைவனின் அருளோடு ஒப்பிடுகிறார். இங்கு இயற்கை, இறைவனை உணர்வதற்கான ஒரு கருவியாக, ஆன்மிக அனுபவத்திற்கான ஒரு களமாக மாறுகிறது.

ஆழ்வார்களின் நாலாயிர திவ்யப் பிரபந்தத்தில், விஷ்ணுவின் பல்வேறு அவதாரங்களும், அவரது திருவிளை யாடல்களும் இயற்கையின் பின்னணியில் வர்ணிக்கப் படுகின்றன. ஆண்டாள் தனது திருப்பாவையில், அதிகாலையில் இயற்கையின் எழிலையும், பறவைகளின் ஒலியையும், குளிரையும் வர்ணித்து, கண்ணனை எழுப்புவதாகப் பாடுகிறார். இங்கு இயற்கை, இறைவனுடன் உரையாடுவதற்கான ஒரு வழியாகவும், அவனது அருளைப் பெறுவதற்கான ஒரு சூழலாகவும் அமைகிறது.

பெரியாழ்வார், கண்ணனின் குழந்தை லீலைகளைப் பாடும்போது, யமுனை நதியையும், கோகுலத்தின் பசுமையான நிலப்பரப்பையும் வர்ணிப்பது, இறைவனின் தெய்வீகத் தன்மையை இயற்கையின் அழகோடு இணைக்கிறது.

பக்தி இலக்கியத்தில், இயற்கை வெறும் புறச்சூழலாக இல்லாமல், அக அனுபவத்தின் ஒரு பகுதியாக, இறைவனுடன் ஒன்றிணைவதற்கான ஒரு வழியாகப் பார்க்கப்படுகிறது. இயற்கையின் ஒவ்வொரு அசைவும், ஒவ்வொரு ஒலியும், ஒவ்வொரு காட்சியும் இறைவனின் இருப்பை உணர்த்தும் குறியீடுகளாக மாறுகின்றன. இது மனித உள்ளத்தின் ஆன்மிகத் தேடலை, இயற்கையின் பிரம்மாண்டத்தின் மூலம் வெளிப்படுத்துகிறது.

4. சித்தர்கள் மற்றும் பிற ஆன்மிக மரபுகளில் இயற்கை

சித்தர்கள், தங்கள் பாடல்களில் இயற்கையை ஒரு ஆய்வுக் களமாகவும், ஆன்மிக அறிவைப் பெறுவதற்கான ஒரு வழியாகவும் பயன்படுத்தினர் (History of Tamil Literature). அவர்கள் உடலையும், இயற்கையையும் ஒன்றிணைத்துப் பார்த்தனர். பிரபஞ்சத்தில் உள்ள அனைத்தும் மனித உடலிலும் உள்ளன என்ற தத்துவத்தை அவர்கள் வலியுறுத்தினர். மூலிகைகள், தாவரங்கள், கனிமங்கள் போன்ற இயற்கைப் பொருட்களைக் கொண்டு உடலை வலுப்படுத்தவும், நோய்களைக் குணப்படுத்தவும், ஆன்மிக நிலையை அடையவும் முயன்றனர். திருமூலர் தனது திருமந்திரத்தில், "உடம்பை வளர்த்தேன் உயிர் வளர்த்தேனே" என்று கூறுவது, உடலையும் இயற்கையையும் இணைக்கும் சித்தர்களின் பார்வையை வெளிப்படுத்துகிறது.

சித்தர்கள், இயற்கையின் ஒவ்வொரு அசைவிலும், ஒவ்வொரு மூலக்கூறிலும் இறைவனைக் கண்டனர். அவர்கள் இயற்கையை ஒரு குருவாகவும், ஒரு வழிகாட்டியாகவும் கருதினர். இயற்கையின் விதிகளைப் புரிந்துகொள்வதன் மூலம், பிரபஞ்சத்தின் ரகசியங்களையும், ஆன்மிக உண்மைகளையும் அறிய முடியும் என்று நம்பினர். இது மனித உள்ளத்தின் ஆழமான தேடலை, புற உலகில் உள்ள இயற்கையின் மூலம் வெளிப்படுத்துகிறது.

பிற்கால இலக்கியங்களில், குறிப்பாக தத்துவார்த்தப் பாடல்களில், இயற்கை ஒரு தத்துவார்த்தக் குறியீடாகப் பயன்படுத்தப்பட்டது. உதாரணமாக, தாயுமானவர் பாடல்களில், இயற்கை இறைவனின் சர்வ வியாபகத் தன்மையையும், அவனது அருளையும் வெளிப் படுத்தும் ஒரு கருவியாகப் பார்க்கப்படுகிறது. "எல்லாப் பொருளும் நீயாய்" என்று அவர் பாடும்போது, இயற்கையில் உள்ள ஒவ்வொரு பொருளிலும் இறைவனைக் காண்கிறார்.

5. நவீன இலக்கியத்தில் இயற்கையும் மனித உள்ளத்தின் தேடலும்

நவீன தமிழ் இலக்கியத்தில், இயற்கை பல்வேறு பரிமாணங்களில் கையாளப்படுகிறது. சங்க இலக்கியத்தில் காணப்பட்ட இயற்கையோடு இயைந்த வாழ்வு, நவீன வாழ்வில் சிதைந்து போனது. நகரமயமாக்கல், தொழில்மயமாக்கல், சுற்றுச் சூழல் சீர்கேடு போன்ற காரணங்களால் மனிதன் இயற்கையிலிருந்து அந்நியப்பட்டுப் போனான். இந்த அந்நியமாதல் நவீன இலக்கியத்தில் ஒரு முக்கிய கருப்பொருளாக வெளிப்படுகிறது.

சுற்றுச்சூழல் விழிப்புணர்வு, நவீன இலக்கியத்தில் ஒரு முக்கியப் பங்கை வகிக்கிறது. எழுத்தாளர்கள், இயற்கையின் அழிவையும், அதன் விளைவுகளையும் தங்கள் படைப்புகளில் பதிவு செய்கின்றனர். மனிதனின் பேராசை, இயற்கையின் மீதான சுரண்டல், அதன் மூலம் ஏற்படும் சுற்றுச்சூழல் சமநிலையின்மை ஆகியவை குறித்துப் பல படைப்புகள் பேசுகின்றன. உதாரணமாக, சில சிறுகதைகள் மற்றும் கவிதைகள், காடுகள் அழிக்கப் படுவதையும், ஆறுகள் மாசுபடுவதையும், அதன் விளைவாக மனிதன் எதிர்கொள்ளும் சவால்களையும் சித்தரிக்கின்றன. இது மனித உள்ளத்தின் குற்ற உணர்வையும், இயற்கையைப் பாதுகாப்பதற்கான அவசியத்தையும் உணர்த்துகிறது.

நவீன இலக்கியத்தில், இயற்கை மனிதனின் தனிமை, இருப்பியல் தேடல்கள், மன அமைதி, அல்லது மனக் குழப்பம் ஆகியவற்றின் குறியீடாகவும் பயன்படுத்தப்படுகிறது. நகர வாழ்க்கையின் பரபரப்பில் இருந்து விடுபட்டு, இயற்கையின் மடியில் அமைதி தேடும் மனிதர்களின் கதைகள் பல உள்ளன. உதாரணமாக, ஒரு நாவலில், நகர வாழ்க்கையால் சோர்வுற்ற ஒருவன், மலைப்பகுதிக்குச் சென்று இயற்கையோடு ஒன்றிணைந்து மன அமைதி பெறுவது சித்தரிக்கப்படலாம். இங்கு இயற்கை, மனித

உள்ளத்தின் அமைதிக்கான ஒரு புகலிடமாக, அல்லது தனது இருப்பின் அர்த்தத்தைத் தேடும் ஒரு களமாக அமைகிறது.

சில நவீன கவிதைகளில், இயற்கை மனிதனின் உள்மனப் போராட்டங்களையும், அவனது ஆன்மிக அவநம்பிக்கையையும் வெளிப்படுத்தப் பயன்படுத்தப்படுகிறது. உதாரணமாக, ஒரு கவிதை, வறண்ட நிலத்தையும், காய்ந்த மரங்களையும் வர்ணித்து, மனித வாழ்வின் அர்த்தமின்மையையும், ஆன்மிக வெற்றிடத்தையும் உணர்த்தலாம். இங்கு இயற்கை, மனித உள்ளத்தின் இருண்ட பக்கங்களையும், அவனது நம்பிக்கையின்மை யையும் பிரதிபலிக்கிறது.

நவீன இலக்கியத்தில், இயற்கை ஒரு பன்முகத்தன்மை கொண்ட கருப்பொருளாக உள்ளது. அது ஒருபுறம் சுற்றுச்சூழல் விழிப்புணர்வையும், இயற்கையைப் பாதுகாப்பதன் அவசியத்தையும் வலியுறுத்துகிறது. மறுபுறம், மனிதனின் தனிமை, இருப்பியல் தேடல்கள், ஆன்மிக அவநம்பிக்கை அல்லது நம்பிக்கை, மன அமைதி போன்ற ஆழமான உணர்வுகளையும் வெளிப்படுத்துகிறது. இது மனித உள்ளத்தின் சிக்கலான தன்மையையும், இயற்கையுடனான அதன் மாறிவரும் உறவையும் காட்டுகிறது.

6. இலக்கியத்தில் இயற்கையின் அழகியல் மற்றும் ஆன்மிக அனுபவம்

இலக்கியத்தில் இயற்கை வெறும் வர்ணனைப் பொருளாக இல்லாமல், ஒரு அழகியல் அனுபவத்தையும், ஆன்மிக அனுபவத்தையும் வழங்குகிறது. சங்க இலக்கியத்தில் திணைப் பாகுபாடுகள் இயற்கையின் அழகியலை அதன் வாழ்வியலோடு இணைத்துப் பேசுகின்றன. பக்தி இலக்கியத்தில், இயற்கையின் அழகியல் இறைவனின் தெய்வீகத் தன்மையோடு ஒன்றிணைந்து, பக்தர்களுக்கு ஒரு ஆன்மிக அனுபவத்தை வழங்குகிறது.

இயற்கையின் அழகியல், மனித உள்ளத்தில் ஒருவித அமைதியையும், வியப்பையும், சில சமயங்களில் அச்சத்தையும் கூட ஏற்படுத்துகிறது. மலைகளின் பிரம்மாண்டம், கடலின் ஆழம், காடுகளின் அடர்த்தி, பூக்களின் மென்மை, பறவைகளின் இசை – இவை அனைத்தும் மனித உள்ளத்தில் பல்வேறு உணர்வுகளைத் தூண்டுகின்றன. இந்த உணர்வுகள், ஆன்மிகத் தேடலுக்கு ஒரு தூண்டுகோலாக அமைகின்றன.

கவிஞர்கள், இயற்கையின் அழகியலை தங்கள் சொற்களால் வடிக்கும்போது, வாசகர்களுக்கு ஒரு புதிய பார்வையை வழங்குகின்றனர். அவர்கள் இயற்கையின் ஒவ்வொரு அசைவிலும், ஒவ்வொரு நிறத்திலும், ஒவ்வொரு ஒலியிலும் ஒரு ஆழமான அர்த்தத்தைக் காண்கின்றனர். இந்த அர்த்தம், மனித உள்ளத்தின் ஆன்மிகத் தேடலுடன் இணைகிறது. உதாரணமாக, ஒரு கவிதை, சூரிய அஸ்தமனத்தைப் பற்றிப் பேசும்போது, அது வெறும் ஒரு காட்சிப் பொருளாக இல்லாமல், வாழ்வின் நிலையாமையையும், மறுபிறப்பின் நம்பிக்கையையும் உணர்த்தலாம்.

ஆன்மிக அனுபவம் என்பது ஒரு தனிப்பட்ட உணர்வு. அது இயற்கையின் பிரம்மாண்டத்தின் முன் மனிதன் உணரும் பணிவு, அல்லது இயற்கையின் அழகில் இறைவனைக் காணும் ஒரு பக்தி உணர்வு. இலக்கியம் இந்த ஆன்மிக அனுபவத்தை வாசகர்களுக்குக் கடத்துகிறது. ஒரு நாவலில், ஒரு கதாபாத்திரம் இயற்கையின் மடியில் அமர்ந்து தியானிக்கும்போது, வாசகர்களும் அந்த ஆன்மிக அமைதியை உணர முடியும்.

7. முடிவுரை

இயற்கையும் ஆன்மிகமும் மனித உள்ளத்தின் தேடலில் இலக்கியத்தின் வழியாகப் பல நூற்றாண்டுகளாகப் பிரதிபலித்து வருகின்றன. சங்க இலக்கியத்தில் இயற்கையோடு இயைந்த வாழ்வு, பக்தி இலக்கியத்தில் இறைவனின் படைப்பாகவும், அவனை அடையும் வழியாகவும் இயற்கை, சித்தர்களின் தத்துவார்த்தப் பார்வையில் இயற்கையின் முக்கியத்துவம், நவீன இலக்கியத்தில் சுற்றுச்சூழல் விழிப்புணர்வு மற்றும் மனிதனின் இருப்பியல் தேடல்கள் எனப் பல்வேறு பரிமாணங்களில் இயற்கை கையாளப்பட்டுள்ளது.

இலக்கியம், மனிதன் இயற்கையோடு கொண்டிருந்த உறவையும், ஆன்மிகத்தின் மீதான அவனது நம்பிக்கையையும், அவநம்பிக்கையையும், தேடல்களையும் பதிவு செய்துள்ளது. இயற்கை, மனித உணர்வுகளின் வெளிப்பாடாகவும், ஆன்மிகத் தேடலின் குறியீடாகவும், மனித உள்ளத்தின் ஆழமான கேள்விகளுக்கான களமாகவும் திகழ்கிறது. இலக்கியம், இயற்கையின் அழகியலையும், அதன் மூலம் கிடைக்கும் ஆன்மிக அனுபவத்தையும் வாசகர்களுக்குக் கடத்துகிறது.

இறுதியாக, இலக்கியம் மனித உள்ளத்தின் ஆழமான ஆன்மிகத் தேடல்களுக்கும், இயற்கையுடனான அதன் உறவுக்கும் ஒரு கண்ணாடியாகத் திகழ்கிறது என்பதை இக்கட்டுரை நிறுவுகிறது. மனிதன் இயற்கையிலிருந்து தன்னைத் தனித்துப் பார்க்காமல், அதன் ஒரு அங்கமாகவே உணரும்போதுதான், அவனது ஆன்மிகத் தேடலும் முழுமையடையும் என்பதை இலக்கியம் உணர்த்துகிறது.

ஆய்வுக்குதவிய நூல்கள்

1. Zvelebil, Kamil V. A History of Tamil Literature. (Print) (Manohar Publishers & Distributors)

2. George, K. M. (Ed.). The Encyclopaedia of Indian Literatures: Sasay to Zorgot. (Print) (National Boot Trust India)

3. Hart, George L. Poets of the Tamil Anthologies: Ancient Poems of Love and War. (Print) (Princeton Legacy Library)

4. Ramanujan, A. K. Hymns for the Drowning: Poems for Visnu by Nammalvar. (Print) (Penguin Classics)

5. Schomerus, Hilko Wiardo. Saiva Siddhanta: An Indian Doctrine of Salvation. (Print) (Motilal Banarsidass Publishers Pvt Ltd)

4. மண்திணி ஞாலத்து வாழ்வோர்க்கு எல்லாம்...

(மண்திணி ஞாலத்து வாழ்வோர்க்கு எல்லாம்...": புறநானூறு புகட்டும் வாழ்வின் பேருவகை)

முன்னுரை - வாழ்வின் பேருவகையைத் தேடும் சங்கப் பயணம்

சங்க இலக்கியம் என்பது மனித வாழ்வின் ஆழமான கேள்விகளுக்கு விடைதேடும் ஓர் அறிவுப் பெட்டகமாகும். வீரம், கொடை, நிலையாமை, நட்பு என மனித வாழ்வின் பல்வேறு கூறுகளைப் பாடிய சங்கப் புலவர்கள், 'வாழ்வின் உண்மையான பொருள் யாது?' என்ற தேடலைத் தமது படைப்புகளில் மையமாகக் கொண்டிருந்தனர். இந்த இருத்தலியல் தேடலுக்கு மணிமகுடமாகத் திகழ்வது, புறநானூற்றில் குடபுலவியனார் இயற்றிய பதினெட்டாம் பாடலாகும்.

வாழ்வின் உச்சகட்ட மகிழ்ச்சி என்பது நுகர்தல், வெற்றி, அதிகாரம் ஆகியவற்றில் இல்லை; அது கொடுத்தலிலும், படைத்தலிலும், சமூகப் பொறுப்பிலுமே அடங்கியுள்ளது என்ற பேருண்மையை இப்பாடல் ஆணித்தரமாக எடுத்துரைக்கிறது. பொதுவாக, புற இலக்கியங்கள் போரையும் வீரத்தையும் மட்டுமே பேசுவதாகக் கருதப்படும் நிலையில், இப்பாடல் ஒரு மாற்றுப் பார்வையை முன்வைக்கிறது. அழித்தலில் உள்ள வீரத்தை விட ஆக்குதலில் உள்ள அறமே உயர்ந்தது என்றும், நுகர்தலில் கிடைக்கும் சிற்றின்பத்தை விட கொடுத்தலில் கிடைக்கும் பேருவகையே நிலையானது என்றும் இது நிறுவுகிறது.

தலையாலங்கானத்துச் செருவென்ற பாண்டியன் நெடுஞ்செழியனுக்கு, புலவர் குடபுலவியனார் கூறும் இந்த அறிவுரை, ஈகை என்பதைப் பரிசில் வழங்குவதாக மட்டும் குறுக்காமல், ஒரு சமூகத்தின் ஆதாரத் தேவைகளான உணவையும் நீரையும் உறுதி செய்வதே ஓர் அரசின் தலையாய கடமை என வரையறுக்கிறது. அவ்வாறு செய்வதே ஒரு ஆட்சியாளனுக்கு இம்மையில் புகழையும், மறுமையில் நன்மையையும், வாழ்வில் நிலைத்தன்மையையும் பெற்றுத்தரும் என்று ஒரு ஆழமான அரசியல்-அறவியல் தத்துவத்தை இப்பாடல் முன்வைக்கிறது.

இக்கட்டுரை, குடபுலவியனாரின் இக்காலத்தால் அழியாத பாடலை அதன் வரலாற்றுச் சூழலில் பகுத்தாய்ந்து, அதன் தத்துவார்த்த நுட்பங்களை விளக்கி, ஈகை குறித்த பிற சங்ககாலப் பார்வைகளோடு ஒப்பிட்டு, அதன் உலகப் பொதுவான பொருத்தப்பாட்டை மதிப்பிடுவதை நோக்கமாகக் கொண்டுள்ளது.

புறநானூறு 18: வரலாற்று, இலக்கியச் சூழலும் நுண் கட்டமைப்பும்

ஒரு இலக்கியப் படைப்பை முழுமையாகப் புரிந்துகொள்ள, அது உருவான காலத்தையும் சூழலையும் அறிவது அவசியம். அந்த வகையில், இப்பாடலின் ஆழத்தை அதன் பாட்டுடைத் தலைவன், பாடிய புலவர் மற்றும் இலக்கிய வகைப்பாட்டின் பின்னணியில் காண்போம்.

பாடப்பட்டோன்: தலையாலங்கானத்துச் செருவென்ற பாண்டியன் நெடுஞ்செழியன்

இப்பாடலின் நாயகன், சங்ககாலப் பாண்டிய மன்னர்களில் பெரும் வீரனாகப் போற்றப்படும் தலையாலங்கானத்துச் செருவென்ற நெடுஞ்செழியன் ஆவான். மிக இளம் வயதில் அரியணை ஏறிய இவனை, சேர, சோழ மன்னர்கள் உள்ளிட்ட எழுவர் கூட்டணி ஒன்று சேர்ந்து தாக்கியது. ஆனால், தலையாலங்கானம் என்ற இடத்தில் நடந்த போரில், நெடுஞ்செழியன் அந்த எழுவர் கூட்டணியையும் ஒருசேரத் தோற்கடித்துத் தன் ஆற்றலை நிலைநாட்டினான். இவன் ஒரு மாபெரும் வீரனாக மட்டுமல்லாமல், சிறந்த புலவனாகவும் திகழ்ந்தான் என்பதற்குப் புறநானூற்றின் 72-ஆம் பாடல் சான்றாக உள்ளது.

இத்தகைய சூழலில், தனது போர் வெற்றியின் உச்சத்தில் இருந்த நெடுஞ்செழியன், வீரத்தையே வாழ்வின் முதன்மை அறமாகக் கருதியிருக்கக்கூடும். அவனது கவனம் முழுவதும் மேலும் போர்களை வெல்வதிலும், தன் ஆதிக்கத்தை விரிவுபடுத்துவதிலுமே இருந்த காலகட்டத்தில், புலவர் குடபுலவியனாரின் அறிவுரை ஒலிக்கிறது.

புலவர், மன்னனின் பேராவலைக் கண்டிக்காமல், அவன் விரும்பிய மூன்று பெரும் பேறுகளான மறுமை உலகின் செல்வம், இவ்வுலகில் நிகரற்ற ஆட்சி, மற்றும் காலத்தால் அழியாத புகழ் ஆகியவற்றை அடைவதற்கான ஒரே வழி இதுதான் என்று அவனது

நோக்கங்களையே அங்கீகரித்துத் தன் பேச்சைத் தொடங்குகிறார். இது, மன்னனின் கவனத்தை நேரடியாக எதிர்க்காமல், அவனது அழிக்கும் ஆற்றலை ("அடுபோர்") ஆக்கப்பூர்வமான தேசக் கட்டுமானப் பணிக்கு ("நீர்நிலை பெருக") மடைமாற்றம் செய்யும் ஒரு தலைசிறந்த ராஜதந்திர ஆலோசனையாகும்.

பாடியவர்: குடபுலவியனார்

இப்பாடலை இயற்றியவர் சேர நாட்டைச் சேர்ந்த குடபுலவியனார் ஆவார். பாண்டிய மன்னனுக்கு, அண்டை நாடான சேர நாட்டிலிருந்து வந்த ஒரு புலவர் அரசியல் அறம் குறித்து அறிவுரை கூறுவது, சங்க காலத்தில் புலவர்கள் தேச எல்லைகளைக் கடந்த அறிவுஜீவிகளாகவும், சமூகப் பொறுப்புணர்வு கொண்ட அறக் காவலர்களாகவும் விளங்கினர் என்பதைக் காட்டுகிறது. அவர்களின் விசுவாசம், ஒரு குறிப்பிட்ட மன்னனைச் சாராமல், அறம் என்ற உயர்ந்த கோட்பாட்டைச் சார்ந்திருந்தது.

திணை மற்றும் துறை: பொதுவியலும் முதுமொழிக் காஞ்சியும்

இப்பாடல் 'பொதுவியல்' திணை மற்றும் 'முதுமொழிக் காஞ்சி' துறைக்கு உரியதாக வகைப்படுத்தப்பட்டுள்ளது. இதன் பொருள், இப்பாடலில் கூறப்படும் செய்தி, நெடுஞ்செழியன் என்ற ஒரு தனி மன்னனுக்கு மட்டும் உரியதன்று; அது அனைத்து ஆட்சியாளர்களுக்கும், அனைத்து மக்களுக்கும், எல்லாக் காலத்திற்குமான ஒரு பொதுவான, நிலைபேறுடைய பேருண்மை (முதுமொழி) என்பதாகும். இது, இப்பாடலின் கருத்தை ஒரு அனைத்துலகத் தத்துவமாக உயர்த்துகிறது.

"உண்டி கொடுத்தோர் உயிர் கொடுத்தோரே": வாழ்வின் ஆதாரமும் ஈகையின் மூலமும் குடபுலவியனார் தனது அறிவுரையை ஒரு எளிமையான, ஆனால் ஆழமான தத்துவச் சங்கிலித் தொடர் மூலம் கட்டமைக்கிறார்.

1. "நீர் இன்று அமையா யாக்கைக்கு எல்லாம்": மனித உடல் நீரின்றி இயங்காது. இது அடிப்படை இயற்பியல் உண்மை.

2. "உண்டி கொடுத்தோர் உயிர் கொடுத்தோரே": உடலுக்கு உணவு கொடுப்பவர், உயிரையே கொடுத்தவர் ஆகிறார்.

3. "உண்டி முதற்றே உணவின் பிண்டம்": இந்த உடலே உணவால் ஆனதுதான்.

4. "உணவு எனப்படுவது நிலத்தொடு நீரே": அந்த உணவு, நிலமும் நீரும் இணைவதால் விளைவதே.

இந்தத் தர்க்கத்தின் உச்சமாக, புலவர் ஒரு வியத்தகு கருத்தை முன்வைக்கிறார்:

> "நீரும் நிலனும் புணரியோர் ஈண்டு
> உடம்பும் உயிரும் படைத்திசினோரே"

"நீரையும் நிலத்தையும் இணைத்து (வேளாண்மையைச் செழிக்கச் செய்பவர்கள்), இவ்வுலகில் உடலையும் உயிரையும் படைத்தவர்கள் ஆகிறார்கள்" என்பது இதன் பொருள். இங்கு "படைத்திசினோர்" (படைத்தவர்கள்) என்ற சொல், நீர்நிலைகளை அமைக்கும் மன்னனின் செயலை ஒரு சாதாரண நிர்வாகக் கடமையாகப் பார்க்காமல், அது ஒரு தெய்வீகமான படைப்புச் செயலுக்கு நிகரானது என்று கூறுகிறது. இந்த நோக்கில், அரசன் என்பவன் வெறும் ஆட்சியாளன் அல்ல; அவன் இயற்கையோடு இணைந்து உயிர்களைப் "படைக்கும்" ஒரு இணைக் கடவுள் *(co-creator)* ஆகிறான்.

குடபுலவியனாரின் இந்த மையக்கருத்து, பிற்கால இலக்கியங்களிலும் தாக்கத்தை ஏற்படுத்தியுள்ளது. மணிமேகலைக் காப்பியம், "மண்டிணி ஞாலத்து வாழ்வோர்க்கு எல்லாம் உண்டி கொடுத்தோர் உயிர் கொடுத்தோரே" என்று இதே வரியை எடுத்தாள்கிறது. திருவள்ளுவர் "நீர்இன்று அமையாது உலகு" (குறள் 20) என்று நீரின் முக்கியத்துவத்தைப் பொதுவாகக் கூற, குடபுலவியனார் அந்த மழைநீரைச் சேமித்து, நிர்வகித்து, மக்களுக்குப் பயன்படச் செய்யும் மனித முயற்சியின் மகத்துவத்தை ஓர் ஆட்சியாளனின் கடமையாக மாற்றுகிறார்.

ஈகையின் பரிணாமம்: அழிவுச் செயலிலிருந்து ஆக்கச் செயலுக்கு

இப்பாடல், 'ஈகை' என்ற கருத்தை ஒரு புதிய பரிமாணத்திற்கு எடுத்துச் செல்கிறது. புலவர், மன்னனை "அடுபோர்ச் செழிய!" (கொல்லும் போரினையுடைய செழியனே!) என்று அவனது வீரத்தை அங்கீகரித்துக்கொண்டே அழைக்கிறார். அவ்வாறு பாராட்டிய உடனேயே, அந்த ஆற்றலைப் போரில் செலவிடாமல், ஆக்கப்பணியான நீர்நிலைகளை உருவாக்குவதில் செலுத்த வேண்டும் என அறிவுறுத்துகிறார்.

போரினால் கிடைக்கும் வெற்றி நிலையற்றது, ஆனால் நீர்நிலைகளை உருவாக்குவதால் கிடைக்கும் புகழ் நிலையானது; அது மக்களை வாழவைப்பது. இது, ஒரு மன்னனின் அழிவுச் சக்தியை ஆக்கச் சக்தியாக மாற்றுவதற்கான அறைகூவல்.

பாடலின் இறுதியில், புலவர் தனது அறிவுரையின் சாரத்தை ஒரு பழமொழியைப் போலக் கூறுகிறார்:

"நிலன்நெளி மருங்கின் நீர்நிலை பெருகத்
தட்டோர் அம்ம இவண் தட்டோரே
தள்ளா தோர் இவண் தள்ளா தோரே"

நிலம் குழிந்த பகுதிகளில் நீர்நிலைகளை அமைத்து நீரைத் தேக்கியவர்கள், இவ்வுலகில் தம் புகழை நிலைநிறுத்திக் கொண்டவர்கள் ("தட்டோர்") ஆவர். அவ்வாறு செய்யத் தவறியவர்கள் ("தள்ளாதோர்"), அனைத்தையும் இழந்தவர்கள் ஆவர். இது, சங்க காலத் தமிழரின் உயர்வான நீர் மேலாண்மை அறிவுக்குச் சான்றாகத் திகழ்கிறது.

ஆனால் இது வெறும் தொழில்நுட்பப் பெருமை மட்டுமல்ல, ஆழமான பொருளாதார உண்மையையும் சுட்டுகிறது. மழையை மட்டுமே நம்பியிருக்கும் வேளாண்மை ஒரு நாட்டின் வளர்ச்சிக்கு உதவாது ("வித்தி வான் நோக்கும் புன் புலம்... இறைவன் தாட்கு உதவாதே") என்று இப்பாடல் கூறுகிறது. ஒரு நிலையான அரசு மற்றும் உண்மையான செழிப்பு ஆகியவை, நிர்வகிக்கப்பட்ட நீர் வளங்களையே நம்பியுள்ளன. எனவே, இப்பாடல் புகட்டும் "பேருவகை" என்பது வெறும் தார்மீக மகிழ்ச்சி மட்டுமல்ல; அது, செழிப்பான, தன்னிறைவு பெற்ற, நிலையான ஒரு அரசை உருவாக்குவதால் கிடைக்கும் பேருவகையாகும்.

சங்க இலக்கியத்தில் ஈகை: ஒரு ஒப்பீட்டு நோக்கு

குடபுலவியனார் முன்வைக்கும் ஈகையின் தனித்துவத்தைப் புரிந்துகொள்ள, அதை சங்க இலக்கியத்தின் பிற ஈகை வடிவங்களோடும், திருக்குறளின் அறக்கோட்பாடுகளோடும் ஒப்பிடுவது அவசியம். புறநானூற்றில் புலவர்களுக்கும் பாணர்களுக்கும் பரிசில் வழங்குதல், பசித்திருப்போரின் துயர் துடைத்தல் ('பசிப்பிணி மருத்துவன்') போன்ற பல கொடை வடிவங்கள் போற்றப்படுகின்றன.

"செல்வத்துப் பயனே ஈதல்" *(புறம். 189)*

என்று ஈகை ஒரு தத்துவார்த்தக் கடமையாகவும் வரையறுக்கப்படுகிறது.

ஆனால், குடபுலவியனார் முன்வைக்கும் ஈகை, இவற்றிலிருந்து ஒரு படி மேலே செல்கிறது. இது தனிநபர்களுக்கு வழங்கும் கொடை அல்ல; ஒரு முழு சமூகத்திற்குமான வாழ்வாதாரத்தை உருவாக்கும் ஒரு அமைப்பு சார்ந்த, தொலைநோக்குடைய செயலாகும். இது பசி வந்தபின் உணவளிப்பது அல்ல; பசியே வராமல் தடுக்கும் ஒரு தடுப்பு நடவடிக்கை.

இந்த வேறுபாட்டைத் திருவள்ளுவரின் 'ஈகை' மற்றும் 'ஒப்புரவறிதல்' அதிகாரங்களோடு ஒப்பிட்டுத் தெளிவாகப் புரிந்துகொள்ளலாம்.

- *ஈகை (அதிகாரம் 23):* இது வறுமையின் அடிப்படையில், இல்லாத வறியவர்க்கு ஒன்றைக் கொடுப்பதாகும் ("வறியார்க்கொன்று ஈவதே ஈகை" - குறள் 221). இது ஒரு தேவை சார்ந்த, பதில்வினை ஆற்றும் (reactive) அறமாகும்.

- *ஒப்புரவறிதல் (அதிகாரம் 22):* இது சமூகக் கடமையின் அடிப்படையில், கைம்மாறு கருதாமல் உலக வழக்கத்தை அறிந்து ஆற்றும் கடமையாகும் ("கைம்மாறு வேண்டா கடப்பாடு" - குறள் 211). ஒப்புரவாளனின் செல்வம், ஊருக்கே பயன்படும் "ஊருணி நீர்" போன்றது (குறள் 215). இது ஒரு முன்முயற்சியான (proactive) சமூகப் பொறுப்பாகும்.

இந்த வேறுபாட்டின் அடிப்படையில் பார்க்கும்போது, பசித்த ஒருவருக்கு உணவு கொடுப்பது 'ஈகை' என்றால், பல்லாயிரம் பேருக்குப் பல்லாண்டுகாலம் பசி வராமல் தடுக்கும் நீர்நிலைகளை உருவாக்குவது 'ஒப்புரவறிதல்' ஆகும். எனவே, புறநானூறு 18-ஆம் பாடல், 'ஈகை' என்ற அறத்தை விட, 'ஒப்புரவு' என்ற மிக உயர்ந்த சமூகப் பொறுப்புணர்வின் இலக்கிய வடிவமாகத் திகழ்கிறது.

முடிவுரை: புறநானூறு புகட்டும் பேருவகையின் நிலைபேறு

புறநானூறு 18-ஆம் பாடல், பாண்டியன் நெடுஞ் செழியனுக்குக் கூறப்பட்ட ஒரு எளிய அறிவுரை என்பதைத் தாண்டி, அது ஒரு ஆழமான வாழ்வியல் தத்துவம் என்பதை இந்த ஆய்வு

நிறுவியுள்ளது. இப்பாடல், மன்னனின் பேராவலை அழிவிலிருந்து ஆக்கத்திற்கும், ஈகையை தனிநபர் கொடையிலிருந்து சமூகக் கட்டமைப்பிற்கும், வாழ்வின் இன்பத்தை நுகர்விலிருந்து நிலைத்த புகழுக்கும் மடைமாற்றம் செய்கிறது.

ஆட்சியாளனின் தலையாய கடமை, குடிமக்களின் உயிரைப் பாதுகாப்பது மட்டுமல்ல, அந்த உயிர் தழைத்து வாழ்வதற்கான சூழலைப் "படைப்பது" ஆகும். இந்தப் படைப்பின்பமே, இப்பாடல் புகட்டும் உண்மையான "பேருவகை" ஆகும்.

சுற்றுச்சூழல் நெருக்கடிகள் மற்றும் உணவுப் பாதுகாப்பு குறித்த கவலைகள் நிறைந்த இன்றைய உலகில், ஒரு தேசத்தின் உண்மையான வெற்றி அதன் இராணுவ வலிமையில் அல்ல, அதன் நீர்நிலைகளின் வளத்திலும், மக்களின் பசியைப் போக்கும் திறனிலுமே உள்ளது என்ற குடபுலவியனாரின் செய்தி முன்னெப்போதையும் விட இன்று மிகவும் பொருத்தமானது.

நுகர்வை முன்னிறுத்தும் உலகிற்கு, கொடுத்தலிலும், படைத்தலிலும், சமூகப் பொறுப்பிலும் பேருவகை காணமுடியும் என்ற புறநானூற்றின் செய்தி, ஒரு காலத்தால் அழியாத வாழ்வியல் நெறியாக என்றும் நிலைத்து நிற்கும்.

ஆய்வுக்குதவிய நூல்கள் (சுட்டிகள்)

1. *Puram1to69. (2010). 18. நீரும் நிலனும்.*

2. *Thevar Thalam. தலையாலங்கானத்துச் செருவென்ற பாண்டியன் நெடுஞ்செழியன்.*

3. *Tamil Wikisource. பாண்டியன் நெடுஞ்செழியன்/புலவர் அறிவுரை.*

4. *Vaiyan. (2014). புறநானூறு 18 Purananuru 18.*

5. *Tamil Wikipedia. குடபுலவியனார்.*

6. *Iniyavaikatral. புறநானூற்றில் புலவரும் மன்னரும்.*

7. *TNPSC Academy. 4.1. புறநானூறு.*

8. *Saiakila. (2024). "உண்டி கொடுத்தோர் உயிர் கொடுத்தோரே!".*

9. *Thirukural.ai. நீர்இன்று அமையாது உலகெனின் யார்யார்க்கும் வான்இன்று அமையாது ஒழுக்கு.*

10. *Dinamani. (2018). நீர் நிலை பெருகத் தட்டோர்....*

11. *Pattukkottai Ramesh. (2012). புறநானூற்றில் கொடை.*

12. *Dinamani. (2009). செல்வத்துப் பயனே ஈதல்.*

13. *Tamil Wikisource. திருக்குறள் பரிமேலழகர் உரை/அறத்துப்பால்/23. ஈகை.*

14. *Thirukkural.net. ஒப்புரவறிதல் - அதிகாரம்.*

5. தமிழர் வாணிகம்

முன்னுரை

உலக வரலாற்றில் சுமார் ஈராயிரம் ஆண்டுகளுக்கு முன்பே தமிழர்கள் உலகெங்கும் வாணிகத்தில் ஈடுபட்டிருந்திருக்கின்றனர் என்பதற்கான சன்றுகள் சங்க இலக்கியங்களில் காணப்படுகின்றன. சங்க இலக்கியங்களில் சொல்லப்பட்டிருக்கும் செய்திகளுக்கு மேலும் வலுசேர்க்கும் பொருட்டு தற்போது தமிழ்நாட்டில் அகழாய்வில் கிடைத்திருக்கின்ற பொருட்கள் அதனை உறுதிப் படுத்துகின்றன.

தமிழர்களின் வாழ்வியல் என்பது திணைக் கோட்பாட்டில் தொடங்குகிறது. அது நானிலம் தொடங்கி, ஐந்திணை ஒழுக்கமாக அகிலமெங்கும் புகழ்பரப்பியுள்ளது. நானில வாழ்விலேயே தமிழர்களுக்கான வாணிகம் பண்டமாற்று முறையாகத் தொடங்கிவிட்டது. இப்பண்டமாற்று முறையே அனைத்து வாணிகங்களுக்கும் அடிப்படையாகும். தமிழர்களின் வாணிகம் பற்றிப் பதிவு செய்வது இக்கட்டுரையின் நோக்கமாகும்.

வாணிகம்:-

ஒருநாட்டின் வளர்ச்சியில் உலவுத் தொழிலும் வாணிகமும் முதன்மையான இடத்தைப் பெறுவதோடு அந்நாட்டின் பொருளாதார மேம்பாட்டிற்கான அடிப்படையாகவும் விளங்குகின்றன. இவ்விரு தொழில்கள் குறித்து பல்வேறு குறிப்புகள் சங்க இலக்கியங்களில் உள்ளன. வாணிகத்தைப் பொறுத்தமட்டில் உள்நாட்டு வணிகம், வெளிநாட்டு வாணிகம் என இரண்டு பிரிவுகள் உள்ளன. இவ்விரு வாணிகத்திலும் தமிழர்கள் தலைசிறந்து விளங்கியிருக்கின்றனர்.

உள்நாட்டு வாணிகம் :-

உள்நாட்டு வாணிகம் தரைவழியாக நடைபெற்றது; தமிழ்நாட்டின் கடலோரப் பகுதிகளில் இருந்த ஊர்களுக்குப் படகுகள் மூலம் பண்டங்கள் எடுத்துச் செல்லப்பட்டன உள்நாட்டு வாணிகம் பெரும்பாலும் பண்டமாற்று அடிப்படையிலேயே

நடந்ததாக அறிகின்றோம். இக்காலத்தில் சிறுவிலையுள்ள பொருளுக்கும், அதிக விலையுள்ள பொருளுக்கும் காசு பயன்படுகிறது. ஆனால் பழங்காலத்தில் காசுகுறித்த பயன்பாடு இல்லை. தமிழர் அன்றாடத் தேவையான அரிசி, உப்பு, பால், தயிர், மீன், இறைச்சி போன்ற பொருள்களைக் கொடுத்து அதற்கு ஈடாக வேறு ஒரு பொருளைப் பெற்றுச் சென்றுள்ளனர். பின்னாளில் காசு (நாணயம்) பயன்பாட்டிற்கு வந்துள்ளது.

"பாலோடு வந்து கூழோடு பெயரும் யாடுடை இடையன்"

என்று (குறுந்தொகை 213) முதுகூர்த்தனார் குறிப்பிடுகிறார்.

பழந்தமிழர் வாழ்ந்த அவ்வப் பகுதிகளில் விளைந்த விளைபொருள்கள், உற்பத்தி செய்யப் பட்ட பொருள்கள், பண்டமாற்று அடிப்படையில் விற்கப் பட்டன. மருதநில மக்கள் நெல்லைக் கொடுத்து உமணர்களிட மிருந்து உப்பை வாங்கியதை

"கதழ்கோல் உமணர் காதல் மடமகள்
சில்கோல் எல்வவளை தெளிர்ப்ப வீசி
நெல்லின் நேரே வெண்கல் உப்பெனச்
சேரிவிலை மாறு கூறலின்"

என்று அகநானூறு 140 குறிப்பிடுகுறது. உப்பு விலையின் அடிப்படையில் நெல்லின் விலை நிர்ணயிக்கப்பட்டது.

குறிஞ்சிநிலப் பொருள்களான தேனும் கிழங்குகளும் மீனோடு பண்டமாற்றாக ஏற்கப்பட்டன. வேடர்கள் மான் இறைச்சியையும் மதுவையும் கரும்பு, அவலோடு மாற்றிக் கொண்டனர்.

"தேனெய்யொடு கிழங்கு மாறியோர்
மீனெய்யொடு நறவு மறுகவும்
தீங்கரும்பொடு அவல் வகுத்தோர்
மான்குறையோடு மது மருகவும்" (பொறுநர். 214-217)

பாணர் வரால்மீன்களை வெண்ணெல்லுக்குப் பண்டமாற்றாகக் கொடுத்தனர். இன்று போலவே, அன்றும் தெருக்களில் உணவுப் பொருள்களையும் காய்கறிகளையும் தலைச்சுமையாகச் சுமந்துகொண்டு வந்து கூவி விற்கும் முறை இருந்தது என இக்குறிப்புகளிலிருந்து அறியலாம். மேலும் மிகச்சில பொருள்கள் உற்பத்தி செய்யப்பட்ட இடங்களிலி லேயே விற்கப்பட்டன. மக்கள் நேரில் உப்பளங்களுக்குச் சென்று உப்பினை வாங்கினர்; மீனும் இவ்வாறே கடற்கரையில் விற்கப்பட்டது.

போக்குவரத்து:-

வாணிகப் பொருள்கள் எல்லாம் ஒரே இடத்தில் உற்பத்தி ஆவதில்லை. வெவ்வேறு இடங்களில் பொருள்கள் உற்பத்தியானபடியால் அப்பொருள்களை யெல்லாம் தொலைத்தூரத்தில் இருந்த இடங்களுக்குக் கொண்டு செல்வதற்காக எருதுகள், கழுதைகள், வண்டிகள் போன்றவைகள் போக்குவரத்துச் சாதனங்களாகப் பயன்படுத்தப்பட்டன. மலைப்பகுதிகளில் விளைந்த மிளகு கோவேறு கழுதைகள் (அத்திரி) மீது ஏற்றிச் செல்லப்பட்டு விற்பனை செய்யப்பட்டது. பாண்டி நாட்டுக் கொற்கைக் கடலுக்கு அருகில் பரதவர் ஊருக்கு ஒருவன் அத்திரிப் பூட்டின வண்டியில் சென்றான் என்று சேந்தான் கண்ணனார் கூறுகிறார்.

> கொடுநுகம் நுழைந்த கணைக்கால் அத்திரி
> வடிமணி நெடுந்தேர் பூண" (அகம் 350-6-7)

பேரூர்களில் சந்தைகளும் அங்காடிகளும் இருந்தன; அவ் அங்காடிகளுக்குப் பொருள்கள் உற்பத்தியான இடங்களிலிருந்து வந்தன. மதுரை, காவிரிப்பூம்பட்டினம் போன்ற மன்னர்கள் வாழ்ந்த பேரூர்களில் காலை, மாலைக் கடைகள் (அங்காடிகள்) இருந்தன. மதுரை அங்காடிகளில் பல்வேறு பொருட்கள் விற்கப்பட்டன. மதுரைக் கடைத்தெருக்களில் அவ்வக் கடைகளில் விற்கப்பட்ட பொருள்களைக் காட்டுவதற்காகக் கொடிகள் பறக்க விடப்பட்டிருந்தன.

வெளியூர்களுக்கு வண்டிகளில் பொருள்களை ஏற்றிச் சென்று விற்ற வணிகர்கள் குழுக்களாகச் சென்றனர் இக்குழுக்கள் 'சாத்துகள் எனப்பட்டன. தாம்போகும் வழிகளில் இருந்த கொள்ளையர்களுக்கு அஞ்சியே இவர்கள் குழுக்களாகச் சென்றனர். வணிகச் சாத்தரை வென்று வெள்ளைக்காரர் வழிப்பறி செய்ததை

"சாத்தெறிந்து
அதர்கூட்டுண்ணும் அணங்குடைப் பகழிக்
கொடுவில் ஆடவர்" (அகம் 167-7-9)

என்று கடியலூர் உருத்திரங் கண்ணனார் கூறுகிறார். பாண்டி நாட்டவரான மருதன் இளநாகனாரும்

"மழைபெயல் மறந்த கழைத்திரங் கியலில்
செல்சாத் தெறியும் பண்பில் வாழ்க்கை
வல்வில் இளையர்" (அகம் 245-5-7)

என்று கூறுகிறார்.

வணிகர்களுக்குப் பாதுகாப்பாக வீரர்கள் இவர்களுடன் சென்றனர். அவ்வீரர்களுக்கு வாணிகக் குழுக்களே ஊதியம் வழங்கியிருத்தல் வேண்டும். வாணிகச் சாத்துகள் செல்லும் பாதையில் மன்னர்கள் காவல் அமைத்திருந்தனர் என்றும் விற்பனைப் பொருள்களின் மீது சுங்கவரி விதிக்கப்பட்டு வசூலிக்கப்பட்டற்கான குறிப்புகளும் சங்க இலக்கியங்களில் காணப்படுகின்றன.

பலாப்பழம் அளவாகச் சிறுசிறு மூட்டைகளாகக் கட்டப்பட்ட மிளகு மூட்டைகளைக் கழுதைகளின் மேல் ஏற்றிக்கொண்டு வணிகச் சாத்தர் ஊர்ப்பயணம் சென்றனர். இடைவழியில் சுங்கச் சாவடிகளில் சுங்கம் செலுத்தினார்கள். சுங்கச் சாவடிகளில் வில்வீரர்கள் இருந்தனர் என்பதனை

தடவுநிலைப் பலவின் முழுமுதற்கொண்ட
சிறுசுகளைப் பெரும்பழங் கடுப்பமிரியல்
புணர்ப்பொறை தாங்கிய வடுவாழ் நோன்புறத்து
அணர்ச்செவிக் கழுதை சாத்தொடு வழங்கும்
வில்லுடை வைப்பின் வியன்காட் டியவு" (பெரும்.77-82)

என்று கடியலூர் உருத்திரங் கண்ணனார் குறிப்பிடுகிறார். ஆறலை கள்வரைப் பற்றிய குறிப்புகள் சங்க இலக்கியங்களில் நிரம்ப இருப்பதால், வாணிகர்கள் அச்சமின்றித் தம்தொழிலில் ஈடுபட்டனர் என்று கூற இயலாது.

வெளிநாட்டு வாணிகம்

சங்க காலத் தமிழகம் பிறநாடுகளோடு கடல்வழியாக வாணிகம் செய்து வந்தது. தமிழ்நாட்டில் நெய்யப்பட்ட ஆடைகளும் சங்கும் சந்தனமும் பவளமும் மிளகும் முத்தும் கடல் கடந்த நாடுகளுக்கு ஏற்றுமதி செய்யப்பட்டன. மேலை நாடுகளோடு தமிழ்மக்கள் நடத்திய கடல் வாணிகம் குறித்து மேனாட்டார்கள் எழுதி வைத்துள்ள குறிப்புகள் தமிழ் இலக்கியங்களில் உள்ள செய்திகளோடு வியத்தகு அளவில் ஒன்றுபடுகின்றன.

கி.பி.70 ஆம் ஆண்டில் எழுதப்பட்டதாகட கருதப்படும் பெரிப்ளஸ் (Periplus of the Eretirean Sea) என்னும் நூலும் கி.பி.140.ஆம் ஆண்டில் எழுதப்பட்ட தாளமியில் (fiolemy) நூலும் ஸ்டராபோ (Strabo) என்பார் எழுதிய அலும் பினிM (Pliny) என்பார் எழுதியுள்ள நூலும் உரோம் நாட்டார் தமிழகத்தோடு நடத்திய கடல் வாணிகம் குறித்தும் தமிழ்நாட்டில் துறைமுகங்கள் குறித்தும் அரிய தகவல்கள் பலவற்றைக் கூறுகின்றன. அரிக்கமேடு. அழகன்குளம். கருவூர், பொருந்தல், காவிரிப்பூம்பட்டினம், மதுரை போன்ற இடங்களில் நடத்தப்பட்ட அகழாய்வுகளில் கண்டெடுக்கப்பட்ட உரோமானியர்களின் நாணயங்களும், இறக்குமதி செய்யப்பட்ட மதுச்சாடித் துண்டுகளும் இவ்வாணிகத்தை உறுதிப்படுத்துகின்றன.

யவனர்கள் கப்பலில் வந்து பொன்னைக் கொண்டுவந்து தமிழ்நாட்டில் விளைந்த மிளகை வாங்கிச் சென்றனர் என்பதை,

> “சேரலர்
> கள்ளியம் பேரியாற்று வெண்ணுரை கலங்க
> யவனர் தந்த வினைமாண் நன்கலம்
> பொன்னொடு வந்து கறியொடு பெயரும்
> வளங்கெழு முசிறி” (அகம் 149-7)

என்று தாயங்கண்ணனார் கூறுகிறார்.

யவனர்களுடைய பாய்மரக் கப்பல்கள் மீது கொடிகள் அசைந்தன; அவை தமிழ்நாட்டு மக்கள் நுகர்வதற்கு வேண்டிய பொருள்களை இறக்குமதி செய்தன குதிரைகளும் இறக்குமதி செய்யப்பட்டன என்பதை

வான் இயைந்த இரு முந்நீர்ப், பேஎம் நிலைஇய இரும் பௌவத்து, கொடும் புணரி விலங்கு போழ நெடுங்கொடி மிசை இதை எடுத்து, இன் இசைய முரசம் முழங்க, பொன்மலிந்த விழுப்பண்டம் நாடு ஆர நன்கு இழிதரும், ஆடு இயல் பெரு நாவாய், மழைமுற்றிய மழைபுரையத், துறை முற்றிய துளங்கு இருக்கை" என்னும் மதுரைக்காஞ்சி (75-85) மூலம் அறிய முடிகிறது.

"காவிரிப்பூம்பட்டினத்தில் வெளிநாட்டு மரக்கலங்களிலிருந்து அளந்தறிய முடியாத பல பண்டங்கள் ஆள்பற இறக்குமதி செய்யப்பட்டன; அதே அளவுக்கு உள்நாட்டில் பல்வேறு பகுதிகளிலிருந்தும் ஏற்றுமதிக்காகப் பண்டங்கள் கொண்டு வந்து குவிக்கப்பட்டிருந்தன" (பட்டினப்பாலை 126-133)

ஏற்றுமதிக்காகக் கொண்டு வரப்பட்ட பண்டங்கள் யாவும் பண்டக சா லில் பாதுகாப்பாக வைக்கப்பட்டிருந்தன. ஏற்றுமதிப் பண்டங்களின்மீது சுங்கவரி விதிக்கப்பட்டது; அவ்வரி வசூலித்த அரசு அலுவலர்கள் துறைமுகப்பகுதியில் இரவும் பகலும் பணியாற்றிக் கொண்டிருந்தனர்; பூம்புகார்த் துறைமுகத்தில் இறக்குமதி, ஏற்றுமதி செய்யப்பட்ட பண்டங்களின்மீது சோழ மன்னனின் புலிப்பொறி பொறிக்கப் பட்டது. பண்டக சாலைகளில் அடுக்கி வைக்கப்பட்டிருந்த நுட்டைகள் மலைபோல உயரமாகக் காட்சியளித்தன; இம்மூட்டைகளின் மேல் நாய்களும் ஆட்டுக் கடாக்களும் ஏறிக் குதித்து விளையாடின என்று பட்டினப்பாலை (129-147) பதிவு செய்துள்ளது.

"இறக்குமதி செய்யப்பட்ட பண்டங்களைக் கடற்கரை ஓரங்களில் இருந்த ஊர்களுக்கு எடுத்துச் செல்வதற்கு வசதிகள் செய்யப்பட்டிருந்தன. உப்பைக் கொண்டுபோய் விற்பதற்குப்

பயன்படுத்திய ஓடங்கள் 'பஃறி' எனப்பட்டன; அவை உப்பை எடுத்துச் சென்று விற்றுவிட்டு நெல்லை வாங்கி வந்தன; அவை புகார்த் துறைமுகத்தில் வரிசை வரிசையாக நிறுத்தப்பட்டிருந்தன (பட்டினப்பாலை 23-32)".

"கப்பல் மரத்தால் செய்யப்பட்டதால் அது 'மரக்கலம்' எனப் பெயர் பெற்றது, மரக்கலங்களில் வந்த பொருள்களை இறக்குவதற்குப் பயன்பட்ட படகுகள் 'தோணி' எனப் பட்டன. (புறம் 343-5-6). "மக்களைக் கப்பலில் ஏற்றவும் இறக்கவும் பயன்பட்ட படகுகள் அம்பி எனப்பட்டன; அம்பிகளைக் கடலில் பரதவர் செலுத்தினர். 'அம்பி' பற்றிப் பல குறிப்புகள் சங்க இலக்கியங் களில் உள்ளன." (புறம் 381-23-24, நற். 74 1-4)

பெருங்கடலில் செல்லும் கப்பல் 'நாவாய்' எனப்பட்டது. புகார்த் துறைமுகத்தில் நாவாய்கள் வரிசையாக நின்று கொண்டிருந்தன அவற்றின்மேல் பாய்மரங்கள் கட்டப்பட்டிருந்தன; பாய்மரத்தில் இருந்த கம்பங்களில் அவ்வவ் நாட்டுக் கொடிகள் பறந்தன; பாய்மரங்களைச் சுருக்காமலும் பண்டங்களை இறக்காமலும் நாவாய்கள் துறைமுகத்துக்குள் நுழையும் அளவுக்குக் காவிரிப்பூம்பட்டினத் துறைமுகம் பெரிதாக வசதிகள் உடையதாக இருந்தது. "பாகருக்கு அடங்காது திமிறிக்கொண்டு ஓடும் யானையைப் போன்று மரக்கலம் கடலின் அலைகளைக் கிழித்துக்கொண்டு சென்றது.' இதனை

"களிறே.......
சுறவு இனத்து அன்ன வாளோர் மொய்ப்ப
மரீ இயோர் அறியாது மைந்து பட்டன்றே" (புறம் 13:5-8)

என்கிறது புறநானூறு.

வெளிநாடுகளுக்குச் சென்று வாணிகம் செய்யும் கப்பல்கள் 'வங்கம்' எனப்பட்டது வெளிநாடுகளுக்குத் தம்பொருள்களை எடுத்துக்கொண்டு சென்று விற்றுவிட்டு வங்கத்தில் திரும்பிய வணிகர்கள் இரவில் துறைமுகங்களில் இறங்கினர். பதிற்றுப் பத்து சுடலின் அலைகளைக் கிழித்துக்கொண்டு எல்லா நாடுகளுக்கும் சென்று வாணிகம் செய்து வந்த வங்கங்களைப் பதிவு செய்துள்ளது.

சங்க இலக்கியங்களில் வங்கம் பற்றிய குறிப்புகள் பல உள்ளன. மரக்கலம் என்னும் சொல்லோடு கப்பலைக் குறிக்கக் 'கலம்' என்னும் சொல்லும் பயன்படுத்தப் பட்டுள்ளது.

தமிழ்நாட்டின் மேற்குக் கடற்கரையிலும் கிழக்குக் கடற்கரையிலும் துறைமுகங்கள் பல இருந்தன. கிழக்குக் கடற்கரையில் இருந்த காவிரிப்பூம்பட்டினம் புகழ்பெற்ற துறைமுகமாக அன்று விளங்கியது; பட்டினப்பாலை அத்துறைமுகம் பற்றி விரிவாகப் பாடுகின்றது. பாண்டியர்களின் துறைமுகமான கொற்கை கிழக்குக் கடற்கரையில் இருந்த சிறந்த துறைமுகங்களில் ஒன்றாக விளங்கியது.

முத்து ஏற்றுமதி காரணமாக இத்துறைமுகம் சிறப்பான இடத்தைப் பெற்றிருந்தது. மேற்குக் கடற்கரையில் இருந்த முசிறி சேர நாட்டுத் துறைமுகங்களில் சிறப்பான இடம் பெற்றிருந்தது. இத்தகைய பெரிய துறைமுகங்கள் தவிர, வேறு துறைமுகங்களையும் மேனாட்டு ஆசிரியர்கள் குறிப்பிட்டுள்ளனர். துறைமுகங்களில் கப்பலை ஒளியால் கரைநோக்கி அழைக்கும் கலங்கரை விளக்கம் (light house) இருந்தது. பெரும் பாணாற்றுப்படை தொண்டை நாட்டில் இருந்த நீர்ப்பெயல் துறை என்னும் துறைமுகத்தில் இருந்த கலங்கரை விளக்கம் பற்றி (பெரும்பானாற்றுப்படை 347-351) பதிவு செய்துள்ளது. அன்றைய நீர்ப்பெயல் துறையே இன்றைய மாமல்லபுரம் ஆகும்..

உள்நாட்டு வாணிகம் பெரும்பாலும் பண்டமாற்று அடிப்படையில் நடைபெற்றது. ஆனால், வெளிநாட்டு வாணிகம் நாணயங்கள் மூலம் நடைபெற்றது. உரோம் நாட்டுத் தங்க நாணயங்கள் தமிழ்நாட்டில் அகழ்வு ஆய்வுகளில் கண்டெடுக்கப்பட்டுள்ளன. தமிழ் மன்னர்களும் நாணயங்களை அச்சிட்டனர்; அது 'காசு' எனப்பட்டது; அது வேப்பம் பழம்போல் அளவில் சிறியதாக (குறுந்தொகை 67;1-4, நற்., 66-9) இருந்தது. அது கட்டிப்பொன் ஆகலாம். அக்காசுகளை மாலையாகக் கோத்துப் பெண்கள் அணிந்தனர்." காலப்போக்கில் மிகச் சிறிய தாமிர நாணயமும் 'காசு' என்றே அழைக்கப்பட்டது. சேரநாட்டில் ‘காணம்'

என்னும் பெயரில் பொன்காசுகள் (பதிற்றுப் பத்து ஆறாம் எட்டாம் பதிகங்கள்) வழங்கின.

முடிவுரை

தமிழர் உள்நாட்டு வணிகத்திலும் வெளிநாட்டு வணிகத்திலும் முதன்மையாக விளங்கி இருக்கின்றனர். குறிப்பாக சுமார் ஈராயிரம் ஆண்டுகளுக்கு முன்பே தமிழர் கடல் வணிகத்தில் சிறப்புற்று விளங்குள்ளனர். முப்புறமும் கடலால் சூழப்பட்ட தமிழ்நாட்டில் தமிழர்கள் சிறந்த கடலோடிகளாய் இருந்தபோதும் கடல் கடந்த வாணிகத்தில் தங்கள் மனைவியரை அழைத்துச் செல்வதில்லை என்பதையும் தமிழர் வாழ்வியல் இலக்கணமான தொல்காப்பியம் மூலம் அறிய முடிகிறது.

6. தமிழ் மொழியில் செவ்வியல் பண்புகள்

முன்னுரை :

உலக மொழிகள் சுமார் ஆறாயிரம் என்று அறியப்படுகிறது. இதில் ஆறு மொழிகளே உலக அளவில் செம்மொழிகளாக மொழியியல் அறிஞர்கள் முடிவு செய்தனர். அவற்றுள் முதன்மையானதும், மூத்ததுமான தமிழ் மொழி என்பது தமிழ் அறிஞர்களின் விடா முயற்சியாலும், போராட்டங்களாளாலும் காலம் கடந்து செம்மொழித் தகுதியைப் பெற்றது என்பது குறிப்பிடத்தக்கது. குறிப்பாக தமிழ் செம்மொழியென அறிவிப்பதற்கு முன்புவரை இருந்த செம்மொழி தகுதிக்கான ஈராயிரம் ஆண்டு வரையறை என்பது ஆயிரமாண்டாகக் குறைக்கப்பட்டு அதன்பின்பு தெலுங்கு, கன்னடம் போன்ற மொழிகளும் செம்மொழி ஆகின.

செம்மொழி தகுதிக்கான வரையறைகள்:

உலக மொழிகளுள் செம்மொழிகளாக கிரேக்கம், இலத்தீன், எபிரேயம், சீனம், சமற்கிருதம், தமிழ் ஆகிய ஆறும் செம்மொழிகளாகும்.

செம்மொழிகள் சுமார் ஈராயிரம் ஆண்டுகள் பழமையானதும், இலக்கிய வளமும் கொண்டவை. பாலி, அரபி, பாரசீகம் ஆகிய மொழிகளும் செம்மொழிகளாக கருதப்படுவது உண்டு.

ஈராயிரம் ஆண்டு தொன்மை, தற்சார்புச் சிந்தனையில் உருவான இலக்கிய வளம், தனித்த பண்பாடு, தனித்து இயங்கும் தன்மை, தனித்தன்மை, பிற மொழிகளை உருவாக்கிய தாய்த்தன்மை ஆகியவை செம்மொழிகளுக்குரிய முதன்மையான தகுதிகளாகும்.

"உலக செவ்வியல் மொழிகளின் வரிசையில் தமிழ்" என்ற நூலில் செம்மொழிக்குரிய பதினோரு தகுதிகளை பட்டியலிடுகிறார் முனைவர் வா. செ. குழந்தைசாமி.

"செம்மொழி உள்ளும் புறமும்" என்ற நூலில் செம்மொழிக்குரிய பதினோரு தகுதிகளை பட்டியலிடுகிறார் தமிழறிஞர் மணவை முசுதபா.

அதே நேரம் "தமிழ் உயர் தனிச் செம்மொழி" என்ற கருத்தை முதன் முதலில் வலியுறுத்தியவர் பரிதிமாற் கலைஞர் அவர்கள். அவர் 1897-ல் எழுதிய "தமிழ் மொழி வரலாறு" என்ற நூலில் இதனை விளக்கி உள்ளார். பரிதிமாற் கலைஞரைத் தொடர்ந்து அவரது வழியைப் பலரும் பின்பற்றினர்.

இந்தியாவில் குறிப்பாகத் தமிழ்நாட்டில் வேர்ச்சொல் அறிஞராக, ஆய்வாளராக முன்னோடியாகத் திகழ்ந்த மொழிஞாயிறு தேவநேயப் பாவாணர் அவர்கள் செம்மொழிக்கான பதினொறு வரையறைகளைத் தாண்டி தமிழுக்கு பதினாறு செவ்வியல் பண்புகள் உள்ளன என்று தனது "தமிழ் வரலாறு" என்ற நூலில் குறிப்பிடுகிறார். அவற்றுள், தொன்மை, முன்மை; எண்மை (எளிமை), ஒண்மை (ஒளிமை); இளமை, வளமை; தாய்மை; தூய்மை; செம்மை, மும்மை; இனிமை, தனிமை; பெருமை, திருமை; இயன்மை, வியன்மை என்னும் பதினாறாகும்.

1.தொன்மை:

தமிழ்மொழி உலகத்தின் மூத்த முதன் மொழியாகும். உலகத்தின் முதல் தாய்மொழியாவும். உயர்தனிச் செம்மொழியாகவும். வரலாற்றுக் காலத்திற்கு எட்டாத முதுபழமையான தொன்மொழியாகவும். உலகத்து இருளை அகற்றும் சுடராகவும் இருந்து வருகிறது என்று ஆய்வாளர்கள் மெய்ப்பித்துள்ள நிலையில் அவற்றிற்கு நமது பழந்தமிழ் இலக்கியங்கள் வலு சேர்க்கின்றன.

கி.பி. எட்டாம் நூற்றாண்டு என்று சொல்லப்படும் புறப்பொருள் வெண்பா மாலை எனும் இலக்கண நூலின் ஆசிரியராகிய ஐயனாரிதனர், குறிஞ்சியும் முல்லையுங் கலந்த பாலை நிலத்து மறவர் குடியின் பழைமையைக் குறிக்கும் போது

"பொய்யகல நாளும் புகழ்விளைத்த லென்வியப்பாம்
வையகம் போர்த்த வயங்கொலிநீர் - கையகலக்
கற்றோன்றி மண்டோன்றாக் காலத்தே வாளோடு
முற்றோன்றி மூத்த குடி."

என்று கூறியுள்ளார்..

குறிஞ்சி முல்லை நிலத்தில் வாழ்ந்த மிகப் பழைமையான தமிழ்க் குடியினரை, அவர் குடியின் தொன்மை கூறவே, தமிழின் தொன்மையும் உடன் கூறியது எண்ணிப் பார்க்கத்தக்கது.

கிபி இரண்டாம் நூற்றாண்டில் சேரமுனிவர் இளங்கோவடிகள் இயற்றிய சிலப்பதிகாரத்திற்கு அடியார்க்கு நல்லார் எழுதிய உரையிலும்,'அக்காலத்து, அவர் நாட்டுத் தென்பாலி முகத்திற்கு வடவெல்லையாகிய பஃறுளியென்னும் ஆற்றிற்கும் இடையே எழுநூற்றுக் காவதவாறும், இவற்றின் நீர்மலி வானெனெ மலிந்த ஏழ்தெங்க நாடும்,ஏழ்மதுரை நாடும், ஏழ் முன்பாலை நாடும், ஏழ் பின்பாலை நாடும், ஏழ்குன்ற நாடும், ஏழ்குண காரை நாடும், ஏழ் குறும்பனை நாடும் என்னும் இந்த நாற்பத்தொன்பது நாடும், குமரி, கொல்லம் முதலிய பன்மலை நாடும், காடும், நதியும், பதியும், தடநீர்க்குமரி வட பெருங் கோட்டின் காறும் கடல் கொண்டு ஒழிதலாற் குமரியாகிய பௌவமெ என்றார் என்று உணர்க' என்று தொடியோள் பௌவமும் என்ற தொடருக்கு உரையாகச் சொன்ன செய்தியில் இருந்து, குமரிக்கண்டத்தில் இருந்த பஃறுளியாற்றிற்கும் குமரி ஆற்றிற்கும் இடைப்பட்ட தொலைவின் அளவும், பல்வேறு நிலப்பகுதிகளின் பெயர்களும் நமக்கு இவற்றால் தெரிகின்றன. இவையெல்லாம் தமிழின் தொன்மை குறித்துத் தெளிவாகச் சொல்லும் தமிழ் இலக்கியச் சான்றுகளாம்.

2.முன்மை:

முன்மை என்ற சொல்லுக்கு முந்தி நிற்குந் தன்மை என்று பொருள். இன்றைக்கு உலகளாவிய செவ்வியல் மொழிகளுள் எண்ணிலும், எழுத்திலும், பேச்சிலும், பாட்டிலும் சிறப்பாக

வாழும் மொழியாக நம் தமிழே இருப்பது நமக்கெல்லாம் பெருமையாகும். பல செவ்வியல் மொழிகளின் சொற்களின் மூலவேர்ச்சொல் தமிழில்தான் இருக்கிறது என்று மொழியியல் வல்லுநர்கள் கண்டுபிடித்துள்ளனர். உலக மொழிகளின் இலக்கணங்களில் இலக்கியங்களில் முந்தியிருப்பவை தமிழ் இலக்கியங்களும் இலக்கணங்களுமே ஆகும்.

ஓரறிவதுவே உற்றறிவு அதுவே
இரண்டறிவு அதுவே அதனொடு நாவே
மூன்றறிவு அதுவே அவற்றொடு மூக்கே
நான்கறிவு அதுவே அவற்றொடு கண்ணே
ஐந்தறிவு அதுவே அவற்றொடுசெவியே
ஆறறிவு அதுவே அவற்றொடு மனமே
- (தொல்காப்பியம் மரபியல்)

என்ற தொல்காப்பியப் பாடல், பரிணாம வளர்ச்சி பற்றிய அறிவியலைக் காட்டும் பாடலாக இருப்பது தமிழின் முன்மைக்குச் சிறந்த எடுத்துக் காட்டாகக் கொள்ளலாம்.

3.எண்மை

எண்மை என்பது எளிமையாகும். அதாவது ஒலிப்பதில், பேசுவதில், கையாள்வதில், எழுதுவதில், கற்பதில் எளிமையாகவும், மென்மையாகவும் இருப்பதைக் குறிக்கும். ஆகும். இதன்படி எளிமையான மென்மையான "அகரத்தை முதலாக, நகரத்தை ஈராக" முப்பதே ஒலிகளை மட்டுமே கொண்டு இயங்கும் மொழி நம் தமிழாகும்.

சாக்ஷி என்ற வடசொல்லை சாக்கி என்றும், ஜாதி என்பதனை சாதி என்றும் தென்தமிழ்நாட்டு நெல்லை மாவட்டத் தமிழர்கள் ஒலிப்பதைச் சுட்டிக் காட்டுவார் பாவாணர். மேலும்

"தண்டலை மயில்க ளாடத் தாமரை விளக்கந் தாங்க, கொண்டல்கள் முழவி னோங்கக் குவளைகண் விழித்து நோக்க,

தெண்டிரை யெழினி காட்டத் தேம்பிழி மகர யாழின்
வண்டுக ளினிது பாட மருதம்வீற் றிருக்கு மாதோ"

என்னும் கம்பரின் செய்யுளைப் பாடிப் பார்த்து, தமிழின் ஓசை இனிமையை உணர்ந்துகொள்ளச் சொல்லும் பாவாணர் அவர்கள் "ஒரு மொழிக்கு வேண்டியவை சொற்களே யன்றித் தனியெழுத்துக்களல்ல. வெறும்முப்பது ஒலிகளைக் கொண்டே குமரிக்கண்டக் காலத்திலும், இன்றைய காலத்திலும், இனி வரும் காலத்திலும் தமிழன் தன் மனத்தில் தோன்றக்கூடிய எல்லா கருத்துக்களையும் குறிக்கத்தக்க வேர்சொற்களை அன்றே பிறப்பித்து வைத்திருக்கும் மொழி தமிழ் என்பதால், தமிழுக்கு பிற மொழியின் வல்லொலிகள் தேவையில்லை" என்பார்.

4.ஒண்மை (ஒளிமை);

ஒண்மை என்பதற்கு ஒளிபொருந்திய என்பது பொருளாகும். மக்களது வாழ்வியலில் ஏற்படும் அறியாமையாகிய இருளை அகற்றி ஒளிசேர்ப்பதாகும். மக்களது வாழ்வியலைப் பண்படுத்துகின்ற இலக்கியங்களையும், இலக்கணங்களையும் தன்னகத்தே கொண்டுள்ள மாண்பமை மொழி தமிழாகும். சான்றாக தமிழ்மொழியில் உலகப் பொதுமறையாக விளங்கின்ற "திருக்குறள்" என்னும் ஒற்றை நூல் போதுமானதாகும். மனித வாழ்வு செம்மைப்படவும், செழுமைப்படவும் திருக்குறளைக் கற்று கற்றபடி நின்றால் போதும் என்பது ஆன்றவிந்தடங்கிய சான்றோர் பெருமக்களின் கருத்தாகும்.

5. இளமை : .

பல்லுயிரும் பலவுலகும் படைத்தளித்துத் துடைக்கினுமோர்

எல்லையறு பரம்பொருள்முன் இருந்தபடி இருப்பதுபோல்

கன்னடமுங் களிதெலுங்கும் கவின்மலையா ளமுந்துளுவும்

உன்னுதரத் தேயுதித்தே ஒன்றுபல வாகிடினும்

ஆரியம்போல் உலகவழக் கழிந்தொழிந்து சிதையாவுன்

சீரிளமைத் திறம்வியந்து செயன்மறந்து வாழ்த்துதுமே!

என்று பாடினார், பேராசிரியர் பெரும்புலவர் மனோன்மணியம் கண்ட பெ.சுந்தரனார்..

மேற்கண்ட பாடலின் பொருள்: உலகில் பல்வேறு உயிரினங்களைப் படைத்த பரம்பொருளானது தன்னிலையில் மாறாது என்றும் இளமையோடு இருப்பது போல் கன்னடம், தெலுங்கு, மலையாளம், துளு உள்ளிட்ட மொழிகளுக்குத் தாயாக இருக்கின்ற தமிழானது, உலகில் வழக்கொழிந்துபோன ஆரியம் போல் அல்லாமல் என்றும் இளமை குன்றாத தமிழின் தன்மையை வியந்து போற்றுகிறார். தமிழின் எழில் கொஞ்சும் இளமைக்கு இதைவிட வேறு என்ன சான்று சொல்ல இயலும்.

6. வளமை –

தமிழ் மொழியானது எழுத்து, சொல், பொருள், யாப்பு, அணி ஐந்திலக்கணங்களை உடையது. தொல்காப்பியம், நன்னூல், காக்கைப்பாடினியம் உள்ளிட்ட இலக்கண நூல்களை உடையது. பாட்டு, தொகை, மேல்,கீழ் கணக்குகளான இலக்கிய வளங்களை உடையது. நிகழ்கால அறிவியலுக்கும் உகந்த மொழியாக, வளமிக்க மொழியாக இருப்பது தமிழ்.

7. தாய்மை; (பல மொழிகளை ஈன்றெடுத்த தாய்மை)

தமிழ்மொழியானது தமிழ்நாட்டின் அரசியல் காரணமாக தமிழின் தாய்மைப் பண்பு மறைக்கப்பட்டு, திராவிட மொழிக்குடும்பம் என்னும் மாய வலையில் கிடந்தபோதும், தெலுங்கும், மலையாளமும், கன்னடமும், துளுவும் தமிழின் திரிபே என்பதும், தமிழே திராவிட மொழிகள் என்று சொல்லப்படும் மொழிக்குடும்பத்தின் தாய் மற்றும் மூலம் என்பதுவும் மறுக்கவியலாத உண்மையாகும். எடுத்துக் காட்டாக பெற்றோரைக் குறிக்கும் அம்மை அப்பன் என்னும் தமிழ்ச் சொற்கள், ஆரியம் என்னும் வட மொழி உட்பட உலகப் பெருமொழிகள் பலவற்றில் வடிவு திரிந்து வழங்கி வருவது தமிழின் தாய்மைக்குச் தக்க சான்றாகும்.

.8. தூய்மை :

தமிழருக்குள்ள பெருமை எல்லாம் அவர் தொன்றுதொட்டுத் தூயதாக வழங்கி வரும் தமிழ்மொழியினையே சார்ந்திருக்கின்றது என்பார் மறைமலையடிகள். "தனித்து இயங்கும் தமிழினுக்கு உண்டு தமிழே ஞாலத்தின் தாய்மொழிப்பண்டு" என்பார் பாவேந்தர். செந்தமிழ், கொடுந்தமிழ் (கொடுமை என்றால் வளைந்த தன்மை... பேச்சு நடைத் தமிழ்) என்று இன்றளவிலும், இரு நிலைகளிலும் வாழும், ஒரே மொழி, தமிழே. எழுதப்படிக்கத் தெரியாதவர் கூட, மேடையேறிப் பேசும்போது செந்தமிழில் பேசுவது என்பது, தமிழர்கள் இயல்பாகவே செய்து வரும் நடவடிக்கை என்பதை உணர்த்தும்.

9. செம்மை - (செழுமை)

தமிழ் மொழி, செந்தமிழ் கொடுந்தமிழ் என்ற இரு நிலைகளாக உள்ளது. மக்களுக்கு ஒழுக்க வரம்பு எவ்வளவு இன்றியமையாததோ, அவ்வளவு இன்றியமையாததே மொழிக்கு இலக்கண வரம்பு ஆகும். சொற்களின் திருந்திய வடிவையும் ஒழுங்கையும், தமிழில் நாம் தெளிவாக காண முடியும். 'என்ன செய்யுற' என்று பேசினாலும், 'என்ன செய்கிறாய்' என்றே எழுதப்படுவது நம் நடைமுறை. இவ்வாறு இரு நிலைகளாக வேறு மொழிகளில் நடைமுறை இல்லை என்பது தமிழின் செம்மைக்குச் போதிய சான்றாம்.

10. மும்மை

மும்மை என்னும் சொல் மூத்த தன்மை என்னும் பொருளைக் குறிக்கும். தமிழ் இயல், இசை, நாடகம் என்றே, தொன்று தொட்டு முதலே இயங்கி வருதலோடு, அம்மூன்றுக்கும் தனியிலக்கணங்கள் கொண்டிருந்த மொழி தமிழ் என்பதனாலேயே, முத்தமிழ் என்ற அடை, தமிழுக்குச் சிறப்பாகப் பொருந்துகிறது எனலாம்.

11. இனிமை

தமிழ்மொழி இனிமை வாய்ந்தது. "இனிமையால் இயன்ற இளமகளிர்" என்ற பொருள்படவரும் "தமிழ் தழிஇய சாயலவர்" என்ற தொடரில் வரும் "தமிழ்" என்ற சொல்லே, இனிமை எனும் பொருள் தருவதாகும் எனக் கூறித் தமிழ்மொழிக்குப் பெருந்தொண்டு புரிந்துள்ளார் சீவக சிந்தாமணி என்னும் பெருங்காப்பியப் பேராசிரியர் திருத்தக்கத் தேவர்.

'ஒண் தமிழ்', 'தேமதுரத்தமிழோசை,' 'தமிழ் எனும் இனிய தீஞ்சொல்' என்றெல்லாம் பெயர் சூட்டிப், புலவர்கள், தமிழின் இனிமைப் பண்பை பாராட்டிப் பரவியுள்ளனர். "தமிழ்" என்பதற்கு "இனிமை" என்றும் ஒரு பொருளுண்டு. இதனை "இனிமையும் அழகும் தமிழ் எனல் ஆகும்" என்பதனால் நன்கறியலாம்.

12. தனிமை :

தமிழ் மொழியானது பேசுவதற்கும், எழுதுவதுதற்கும், படிப்பதற்கும் எளிமையானது இனிமையானது. எந்த ஒரு மொழியிலிருந்தும் சொற்களைக் கடன் வாங்காமல் புதிய சொற்களை உருவாக்குகின்ற தன்மை தமிழ்மொழியின் தனிப்பெருஞ் சொத்தாகும். இத்தனித் தன்மை உலகில் வேறெந்த மொழிக்கும் இல்லாத சிறப்புமாகும்.

'தனித்தமிழ்ச் சொற்கள் சிலருக்குப் புரியவில்லை. ஆதலால் புரியும் தமிழில் எழுதுகிறேன் எனக் கூறிப் பிறமொழிச் சொற்களை வேண்டுமென்றே சிலர் புகுத்தித் தமிழை அழித்து வருகின்றனர். அவர்களுக்கு தமிழ் தெரியவில்லை, புரியவில்லை என்பதோடு அவர்கள் தமிழை ஒழுங்காகப் படிக்கவில்லை என்பது பொருளாகும்.

13. நுண்மை :

தமிழ் மொழியில் எழுத்துகள் உயிரெழுத்தென்றும், மெய்யெழுத்தென்றும் வகைப்படுத்தப்பட்டுள்ளது. மெய்யெழுத்துகள் வல்லினம், மெல்லினம், இடையினம் என்று

பிரித்தல் தொடங்கி நுண்மைக்கு, கணக்கிலா சான்றுகள் உள்ளன. தொல்காப்பியம் காட்டும் மெய்ப்பாட்டியலின் சுருக்கம்:

நகையே, அழுகை, இளிவரல், மருட்கை,
அச்சம், பெருமிதம், வெகுளி, உவகை, என்று
அப் பால் எட்டே மெய்ப்பாடு' என்ப.

எனத்தொடங்கி 32 வகையான உளத்தியல் மெய்ப்பாடுகளை, நுட்பமான உளவியல் வரையறைகளை, தன் முதுபழம் நூலான தொல்காப்பியத்துள் வைத்துக் காட்டுவதே, நம் தமிழின் நுண்மைக்குச் சான்றாம். மேலும் இல்லறம் தொடர்பான உளவியல் நுட்பம் திருக்குறள் இன்பத்துப் பாலில் நிறைந்து, சிறக்கக் கிடப்பதைக் கற்றோர் அறிவர்.

14. திருமை –

'திரு' என்னும் சொல்லுக்கு தெய்வத் தன்மை என்று பொருள், தெய்வமாகிய தன்மை. இன்றைய அளவில், தமிழரைக் காப்பாற்ற, தமிழை விட வேறு தெய்வம் இல்லை என்க. திருமைக்கு அழகு என்றும் பொருள்.

15. இயன்மை - இயல்பான தன்மை...

தமிழ்மொழியானது தமிழர்களின் வாழ்வியலோடு பின்னிப் பிணைந்து இயல்பாகவே உருவான மொழி. செயற்கையாக உருவாக்கப்பட்ட மொழி அல்ல. இது பல்லாயிரத் தலைமுறைத் தமிழர்களின் இயல்பான வாழ்க்கையினால் இரண்டறக் கலந்து உருவான மொழி.

சிவன் தமிழ்ச்சங்கத்தில் அமர்ந்து தமிழை ஆய்ந்தார் என்றே பாடல்கள் உள்ளன... தமிழைத் தோற்றுவித்தார் எனப் பாடப்படவில்லை... கம்பனும் அகத்தியன் குறித்துச் சொல்லும் போது "என்றுமுள தென்றமிழை இயம்பி இசை கொண்டான் என்றுதான் பாடினானே தவிர அகத்தியன் உருவாக்கியதாகச் சொல்லவில்லை என்பது குறிப்பிடத்தக்கது.

16. வியன்மை –

உலகெங்கும் பரவியுள்ள தன்மை ... சில தமிழ்ச் சொற்கள் உலகெங்கும் உள்ள மொழிகளுக்குப் பரவியுள்ளன... எ.டு. அம்மா, அம்மை, அப்பன்.

முடிவுரை:

தமிழறிஞர்களின் பல்வேறு போராட்டங்களுக்குப் பின் 2004 ஆம் ஆண்டில் உலகின் மூத்த மொழியான தமிழ் மொழிக்கு செம்மொழித் தகுதி கிடைத்ததது. செம்மொழிக்கான தகுதிகளாக தொன்மை, தனித்தன்மை, பொதுமைப் பண்பு, நடுநிலைமை, பல மொழிகளுக்குத் தாய்மொழி, பட்டறிவு வெளிப்பாடு, பிறமொழித் தாக்கமின்மை, இலக்கிய வளம், உயர்சிந்தனை, கலை இலக்கியத் தன்மை வெளிப்பாடு பங்களிப்பு, மொழிக்கோட்பாடு உள்ளிட்ட பதினொரு தன்மைகளை தமிழறிஞர்கள் வரையறை செய்திருந்த நிலையில் மொழிஞாயிறு பாவாணர் அவர்கள் வறையறுத்த பதினாறு தன்மைகள ஆயும் நோக்கோடு இக்கட்டுரை படைக்கப்பட்டிருக்கிறது.

உலக மொழிகளில் தமிழுக்கு செம்மொழித் தகுதி காலம் தாழ்ந்து கிடைத்தாலும் அவற்றைக் காப்பாற்ற வேண்டியதும், பாதுகாக்க வேண்டியதும் தமிழராகிய நம் ஒவ்வொருவரது கடமையும் ஆகும். உலக வரலாற்றில் மூத்த இனமான தமிழினம் தனது அடையாளத்தை, முகவரியை இழந்து விடாமல் காக்கும் ஒரே கருவி தமிழன்றி வேறு இல்லை.

ஆய்வுக்குத் துணைநின்ற ஆக்கங்கள்

1. உலக செவ்வியல் மொழிகளின் வரிசையில் தமிழ் – வா.செ.குழந்தைசாமி
2. செம்மொழி உள்ளும் புறமும் – மணவை முசுதபா
3. தமிழ் வரலாறு – பாவாணர்
4. செந்தமிழ்ச் சிறப்பு – பாவாணர்
5. தமிழின் சிறப்புகள் – கி.ஆ.பெ.விசுவநாதம்

7. தகவல் தொழில்நுட்பம் மற்றும் தமிழ் மொழியின் வளர்ச்சி

அறிமுகம்

மொழி என்பது ஒரு சமூகத்தின் அறிவுக் களஞ்சியமாகவும், பண்பாட்டுத் தொடர்ச்சியின் குறியீடாகவும் விளங்குகிறது. உலகமயமாக்கலும், தகவல் தொழில்நுட்பப் புரட்சியும் ஒவ்வொரு மொழியையும் டிஜிட்டல் உலகில் தமக்கான இடத்தைப் பிடிப்பதற்கான கட்டாயத்திற்குத் தள்ளியுள்ளன. ஆங்கிலம் போன்ற உலக மொழிகள் கணினி அறிவியல் துறையில் ஆழமாக வேரூன்றியுள்ள நிலையில், தமிழ் போன்ற வளமான மொழிகள் இந்தப் பயணத்தில் சவால்களையும் வாய்ப்புகளையும் சந்தித்து வருகின்றன.

இந்த ஆய்வுக்கட்டுரை, தகவல் தொழில்நுட்பம் மற்றும் செயற்கை நுண்ணறிவு ஆகிய துறைகளில் தமிழ் மொழியின் தற்போதைய நிலையை விரிவாக ஆராய்கிறது. தமிழ் கணினிமயமாக்கலின் அடிப்படை முதல், செயற்கை நுண்ணறிவு போன்ற அதிநவீன தொழில்நுட்பங்கள் வரை இதன் வரம்பு விரிவடைந்துள்ளது. தமிழ் இலக்கியத்தின் தனித்துவமான இலக்கணக் கூறுகளையும், கணினி அறிவியலின் நுட்பமான கொள்கைகளையும் இணைத்து, ஒரு தேர்ந்த ஆய்வாளரின் பார்வையில் இந்த அறிக்கை உருவாக்கப்பட்டுள்ளது.

பகுதி I: தமிழ் மொழியின் கணினிமயமாக்கலுக்கான அடிப்படைக் கூறுகள்

தமிழ் மொழியை கணினி அறிவியலுக்கு உட்படுத்தியதன் முதல் படி, அதன் தனித்துவமான மொழியியல் பண்புகளைப் புரிந்துகொள்வதாகும். மொழியின் அடிப்படை வடிவமைப்பு மற்றும் கணினியியல் குறியீட்டு முறைகள் பிற்கால தொழில்நுட்பப் பயன்பாடுகளுக்கு வலுவான அடித்தளத்தை அமைத்தன.

1.1. தமிழ் எழுத்துருக்களின் தனித்துவமான பண்புகளும் கணினியியல் தாக்கமும்

தமிழ் மொழியின் எழுத்துமுறை, அதன் ஆழமான மொழியியல் மற்றும் ஒலிப்புத் தன்மையைப் பிரதிபலிக்கிறது. இது, 12 உயிரெழுத்துகள், 18 மெய்யெழுத்துகள் மற்றும் ஒரு ஆயுத எழுத்து ஆகியவற்றை அடிப்படையாகக் கொண்ட 247 உயிர்மெய் எழுத்துக்களை உள்ளடக்கியது. தமிழின் இந்த எழுத்துமுறை ஒரு தனித்துவமான 'தொகுதிமுறை வடிவமைப்பு' (Modular Design) கொண்டது. ஒரு மெய்யெழுத்தும் உயிரெழுத்தும் இணைந்து உயிர்மெய் எழுத்தை உருவாக்குகின்றன.

உதாரணமாக, க் (மெய்) என்ற அடிப்படை எழுத்து அ (உயிர்) உடன் இணைந்து க என்ற எழுத்தை உருவாக்குகிறது. இந்தத் தொகுதிமுறை வடிவமைப்பு, கணினி அறிவியலாளர் களுக்கு ஒரு பெரிய வரப்பிரசாதமாக அமைந்தது. ஏனெனில், ஒவ்வொரு எழுத்துக்கும் தனித்தனி குறியீடுகளை உருவாக்க வேண்டிய அவசியத்தைத் தவிர்த்து, குறைந்த எண்ணிக்கையிலான அடிப்படை அலகுகளைக் கொண்டு விரிவான மற்றும் சிக்கலான எழுத்து முறையை உருவாக்க முடிந்தது.

1.2. தரப்படுத்தப்பட்ட குறியீட்டு முறைகள் மற்றும் அதன் பரிணாமம்

கணினிமயமாக்கலின் ஆரம்ப நாட்களில், தமிழ் உள்ளடக்கத்தை உருவாக்கப் பல்வேறு தனியுரிம (proprietary) எழுத்துருக்கள் பயன்படுத்தப்பட்டன. இவை, ஒரு கணினியில் உருவாக்கப்பட்ட உள்ளடக்கத்தை மற்றொரு கணினியில் சரியான வடிவத்தில் காட்டுவதில் சிக்கல்களை ஏற்படுத்தின. இந்தச் சிக்கலைத் தீர்க்க, பல்வேறு மொழிகளுக்கான எழுத்துருக்களையும் விசைப்பலகைகளையும் ஒரே சீரான அமைப்பின் கீழ் கொண்டுவரும் **யூனிகோடு** (Unicode) உருவானது. யூனிகோடு ஒரு நிலையான குறியீட்டு முறையாக உருவெடுத்தபின், தமிழ் மொழியும் பிற தனியுரிம அமைப்புகளைக் கைவிட்டு யூனிகோடை முழுமையாக ஏற்றுக்கொண்டது.

இந்தத் தரப்படுத்தல், ஒரே சீரான வடிவத்தில் தரவுத்தொகுப்புகளைச் சேகரிக்கவும், பல்வேறு மென்பொருள் கருவிகளைத் தடையின்றி ஒருங்கிணைக்கவும் வழிவகுத்தது. இத்தகைய ஒரு சீரான அடித்தளமே, பிற்கால **இயந்திர கற்றல்** (Machine Learning) மற்றும் **ஆழமான கற்றல்** (Deep Learning) மாதிரிகளின் வெற்றிக்கு மிக முக்கியமான காரணியாக அமைந்தது.

1.3. உள்ளீட்டு முறைகள் மற்றும் விசைப்பலகை இடைமுகங்கள்

தமிழ் மொழிக்கான கணினி உள்ளீட்டு முறைகள், **எழுத்தியல்** (Typographical) மற்றும் **ஒலியியல்** (Phonetic) என இரண்டு முக்கியப் பிரிவுகளாக வகைப்படுத்தப்படுகின்றன. எழுத்தியல் முறைகள் பாரம்பரிய தட்டச்சுப் பொறி வடிவத்தை அடிப்படையாகக் கொண்டவை. ஆனால், ஒலியியல் முறைகள் தமிழ் எழுத்துக்களின் ஒலிக்கு இணையான ஆங்கில எழுத்துக்களைக் கொண்டு உள்ளீடு செய்வதால் (எ.கா. a+m+m+a = அம்மா) சாதாரண பயனர்கள் மத்தியில் மிகவும் பிரபலமடைந்தன.

இந்த உள்ளீட்டு முறைகளைச் செயல்படுத்துவதற்காக NHM Writer, e-கலப்பை போன்ற மென்பொருள் கருவிகளும், ஸ்மார்ட்போன்களில் செல்லினம், பொன்மடல், Google G-board போன்ற செயலிகளும் உருவாக்கப்பட்டுப் பரவலாகப் பயன்பாட்டில் உள்ளன.

Google G-board போன்ற கருவிகள், பேச்சுணரி தொழில்நுட்பத்தைப் பயன்படுத்தி, பயனர் பேசுவதை நேரடியாகத் தமிழாகத் தட்டச்சு செய்யும் வசதியையும் வழங்குகின்றன. இந்த உள்ளீட்டு முறைகளின் வளர்ச்சி, தமிழ் உள்ளடக்கத்தை உருவாக்கும் பயனர்களின் தடையைக் குறைத்தது. இருப்பினும், இதன் எளிமையான அணுகுமுறை **குறியீட்டு கலப்பு** (Code-mixing) போன்ற புதிய மொழியியல் சவால்களையும் உருவாக்கியுள்ளது.

பகுதி II: தமிழ் கணினி மொழியியலின் தற்போதைய நிலை மற்றும் மேம்பாடுகள்

இந்த ஆய்வுப் பகுதி, தமிழ் கணினி மொழியியல் ஆராய்ச்சியின் தற்போதைய நிலையை, அடிப்படை இயற்கை மொழி செயலாக்கக் கருவிகள் முதல் பெரிய மொழி மாதிரிகள் வரை விவரிக்கிறது.

2.1. அடிப்படை கணினி மொழியியல் கருவிகள்

எந்தவொரு இயற்கை மொழி செயலாக்கப் பணிக்கும் மொழியின் அடிப்படை கட்டமைப்பைப் புரிந்துகொள்ளுதல் அவசியம். ஒட்டுநிலை மொழியான தமிழின் சிக்கலான உருபனியலைக் கையாள, உருபனியியல் பகுப்பாய்விகள் இன்றியமையாதவை. ஒரு வார்த்தையின் வேர், விகுதிகள், இடைநிலைகள் மற்றும் சாரியைகளை இனம் பிரிப்பதே இதன் முதன்மைப் பணி. அண்ணா பல்கலைக்கழகம், அமிர்தா பல்கலைக்கழகம் போன்ற நிறுவனங்கள் தமிழ் மொழிக்கான உருபனியியல் பகுப்பாய்விகளை உருவாக்கியுள்ளன.

இதேபோன்று, பெயர்ப்பொருள் கண்டறிதல் (Named Entity Recognition), இலக்கண மற்றும் எழுத்துப்பிழை சரிபார்ப்பு போன்ற கருவிகளும் உருவாக்கப்பட்டுள்ளன. இந்த அடிப்படை கருவிகளின் வளர்ச்சி, தமிழ் இயற்கை மொழி செயலாக்க ஆராய்ச்சிக்கான உறுதியான அடித்தளத்தை அமைத்தது.

2.2. இயற்கை மொழி செயலாக்கம் (NLP) பயன்பாடுகள்

அடிப்படை கருவிகளின் வளர்ச்சியின் விளைவாக, பல்வேறு பயன்பாட்டுச் சாத்தியக்கூறுகள் கொண்ட இயற்கை மொழி செயலாக்கத் திட்டங்கள் நடைமுறைக்கு வந்தன. **இயந்திர மொழிபெயர்ப்பு** (Machine Translation) அவற்றில் முக்கியமானதாகும். அண்ணா பல்கலைக்கழகம் மற்றும் AUKBCRC போன்ற நிறுவனங்கள் தமிழ்-மலையாளம் மற்றும் தமிழ்-ஹிந்தி மொழிபெயர்ப்பு அமைப்புகளை உருவாக்கியுள்ளன.

சமூக ஊடகங்கள் பரவலான பிறகு, **உணர்வு பகுப்பாய்வு** (Sentiment Analysis) முக்கியமான ஒரு துறையாக உருவெடுத்துள்ளது. தமிழ் கருத்துகளின் உணர்வுகளை (சாதகம், பாதகம், நடுநிலை) பகுப்பாய்வு செய்யும் அமைப்புகள் உருவாக்கப்பட்டுள்ளன. இது வெறுப்புப் பேச்சு மற்றும் போலிச் செய்திகளை கண்டறிவதற்கும் உதவுகிறது. தமிழ்நாடு அரசின் **தமிழ் இணையக் கல்விக்கழகம் (TVA)**, எழுத்துப்பிழை சரிபார்ப்பு, ஒளியியல் எழுத்துணரி (OCR), பேச்சுணரி மற்றும் தானியங்கி மொழிபெயர்ப்பி போன்ற கருவிகளை உருவாக்குவதை ஒரு நீண்டகால ஆராய்ச்சித் திட்டமாகக் கொண்டுள்ளது.

2.3. பெரிய மொழி மாதிரிகள் (LLMs) மற்றும் தமிழ் செயற்கை நுண்ணறிவு

உலகளாவிய செயற்கை நுண்ணறிவு வளர்ச்சி, தமிழ் மொழிக்கான புதிய வழிகளைத் திறந்துள்ளன. கூகுள் ஜெமினி (Gemini) மற்றும் ChatGPT போன்ற உலகளாவிய பெரிய மொழி மாதிரிகள் (LLMs) இப்போது தமிழ் மொழிக்கான ஆதரவை வழங்குகின்றன. இந்த உலகளாவிய மாதிரிகளுக்கு இணையாக, **Tamil-LLaMA** மற்றும் **Krutrim** போன்ற மாதிரிகள் தமிழ் மொழிக்காகவே பிரத்யேகமாக உருவாக்கப்பட்டவை.

Tamil-LLaMA மாதிரி அதன் அசல் LLaMA மாதிரியின் சொற்களஞ்சியத்தை 16,000 தமிழ் சார்ந்த டோக்கன்களைச் சேர்த்து விரிவுபடுத்தியுள்ளது. இந்த பிரத்யேக மாதிரிகள், உலகளாவிய மாதிரிகளைவிடத் தமிழ் மொழியின் ஆழமான மொழியியல் நுட்பத்தையும் பண்பாட்டுத் துல்லியத்தையும் சிறப்பாகப் பிரதிபலிக்கின்றன.

பகுதி III: தமிழ் செயற்கை நுண்ணறிவில் உள்ள சவால்கள் மற்றும் வாய்ப்புகள்

தமிழ் கணினி மொழியியல் துறையில் குறிப்பிடத்தகுந்த முன்னேற்றங்கள் இருந்தாலும், எதிர்கால வளர்ச்சிக்குத் தடையாக இருக்கும் சில முக்கிய சவால்கள் உள்ளன.

3.1. தரவு பற்றாக்குறை மற்றும் தரம்

சமீபத்திய ஆண்டுகளில், தெலுங்கு, மலையாளம் போன்ற மொழிகளைப் போலவே, தமிழ் மொழியும் இணையத்தில் அதிக அளவு கட்டமைக்கப்பட்ட தரவுகளைக் கொண்டிருக்கவில்லை. இது செயற்கை நுண்ணறிவு மாதிரிகளின் துல்லியம் மற்றும் செயல்பாட்டை நேரடியாகப் பாதிக்கிறது.

குறிப்பாக, அனோடேடட் (annotated) தரவுத்தொகுப்புகள் மற்றும் பேச்சுத் தரவுகள் குறைவாக இருப்பது ஒரு பெரும் பற்றாக்குறை. இந்தத் தரவுப் பற்றாக்குறை, உணர்வு பகுப்பாய்வு, கேள்வி-பதில் அமைப்புகள் போன்ற சிக்கலான பணிகளில் தமிழ் மாதிரிகள் உலகளாவிய தரத்தை எட்ட முடியாமல் பின்தங்க ஒரு முக்கிய காரணமாக அமைகிறது.

3.2. உருபனியியல் மற்றும் குறியீட்டு கலப்பு சிக்கல்கள்

ஒட்டுநிலை மொழியான தமிழின் சிக்கலான உருபனியல் (Morphology) மற்றும் சந்தி விதிகள் (Sandhi rules) தானியங்கி அமைப்புகளால் கையாளப்படுவது ஒரு சவாலான பணியாகும். இதைவிடப் பெரிய சவால், சமூக ஊடகங்களில் பெருகிவரும் **குறியீட்டு கலப்பு** (Code-Mixing) ஆகும். தமிழும் ஆங்கிலமும் கலந்து பயன்படுத்தப்படும் இந்த முறை ("இந்த டாஸ்க் romba challengingaa இருக்கு" என்பது போல), பாரம்பரிய மொழிபெயர்ப்பு மற்றும் பகுப்பாய்வு மாதிரிகள் திறம்பட செயல்படுவதைத் தடுக்கிறது.

இந்த குறியீட்டு கலப்பு என்பது வெறும் தொழில்நுட்பச் சிக்கல் அல்ல; அது தமிழ் சமூகத்தின் இயல்பு மொழிப் பரிமாற்றத்தின் பிரதிபலிப்பாகும்.

பகுதி IV: தமிழ் மொழியின் தொழில்நுட்ப வளர்ச்சிக்கான நிறுவன மற்றும் சமூக முயற்சிகள்

தமிழ் மொழியின் கணினிமயமாக்கலில், அரசு மற்றும் கல்வி நிறுவனங்கள் முதல் திறந்த மூல சமூகங்கள் வரை பல்வேறு தரப்பினர் ஒருங்கிணைந்து செயல்படுகின்றனர்.

4.1. அரசு மற்றும் கல்வி நிறுவனங்களின் பங்கு

இந்திய அரசு, **இந்திய மொழிகளின் தொழில்நுட்ப வளர்ச்சி (TDIL)** என்ற திட்டத்தின் கீழ், தமிழ் உள்ளிட்ட இந்திய மொழிகளின் தொழில்நுட்ப வளர்ச்சிக்காகப் பல்வேறு ஆய்வுகளை ஊக்குவித்து வருகிறது. **பாஷினி** (Bhashini) திட்டம், ஒரு தேசிய மொழிபெயர்ப்பு இயக்கம், பொதுமக்களின் பங்களிப்புடன் திறந்த மூலத் தரவுத்தொகுப்புகளை உருவாக்குகிறது.

தமிழ்நாடு அரசின் **தமிழ் இணையக் கல்விக்கழகம் (TVA)** தமிழ் கணினி ஆராய்ச்சியை ஊக்குவிக்க நீண்டகால ஆராய்ச்சித் திட்டங்களை மேற்கொண்டுள்ளது. மேலும், அண்ணா பல்கலைக்கழகம், அமிர்தா பல்கலைக்கழகம், சென்னை பல்கலைக்கழகம் போன்ற கல்வி நிறுவனங்களும் NLP ஆராய்ச்சியில் முக்கியப் பங்கு வகிக்கின்றன. இந்த நிறுவனங்கள் WordNet மற்றும் இணைத் தரவுத்தொகுப்புகள் (Parallel Corpora) போன்ற வளங்களை உருவாக்கியுள்ளன.

4.2. திறந்த மூல சமூகத்தின் பங்களிப்பு

அரசு மற்றும் கல்வி நிறுவனங்களின் முயற்சிகளுக்கு இணையாக, திறந்த மூல (Open Source) சமூகமும் குறிப்பிடத்தக்க பங்களிப்பை வழங்கி வருகிறது. **கணியம்** போன்ற சமூகங்கள் திறந்த மூல அணுகுமுறையை ஊக்குவித்து, அதன் மூலம் மென்பொருள் மூலக் குறியீடுகள், மாதிரிகள் மற்றும் தரவுத்தொகுப்புகளை அனைவரும் பார்வையிடவும், நகல் செய்யவும், மாற்றம் செய்யவும், பகிர்ந்து கொள்ளவும் உதவுகின்றன.

Tamil-LLaMA போன்ற பெரிய மொழி மாதிரிகள் திறந்த மூலமாக வெளியிடப்பட்டு, ஆராய்ச்சியாளர்கள் மற்றும் தொழில் வல்லுநர்களிடையே கூட்டுப்பணியை ஊக்கப்படுத்துகின்றன. அரசின் நிதி மற்றும் நிறுவனங்களின் ஆராய்ச்சி, அடிப்படை வளங்களை உருவாக்குகின்றன. திறந்த மூல சமூகம் அந்த வளங்களைப் பயன்படுத்தி புதுமையான பயன்பாடுகளை

விரைவாக உருவாக்குகிறது. இது ஒரு கூட்டுச் சூழலை உருவாக்குகிறது.

பரிந்துரைகள் மற்றும் எதிர்காலப் பாதை

இந்த ஆய்வின் அடிப்படையில், தமிழ் மொழியின் தொழில்நுட்ப வளர்ச்சிக்கு சில முக்கியப் பரிந்துரைகள் கீழே கொடுக்கப்பட்டுள்ளன.

- **தரவுத்தொகுப்பு உருவாக்கம் மற்றும் தரம் மேம்பாடு:** தமிழ் இயற்கை மொழி செயலாக்கத்தின் முன்னேற்றத்திற்கு முதன்மைத் தடையாக இருப்பது தரவுப் பற்றாக்குறை மற்றும் தரம் தொடர்பான சவால்களே. எனவே, உயர்தர, அனோடேடட், குறியீட்டு கலப்புத் தரவுத்தொகுப்புகளை உருவாக்குவதற்கு அதிக முதலீடு தேவை. பாஷினி போன்ற முயற்சிகளை மேலும் விரிவுபடுத்த வேண்டும்.
- **ஆராய்ச்சி மற்றும் வளர்ச்சி:** தமிழ்மொழியின் ஒட்டுநிலை உருபனியியல் மற்றும் சந்தி சிக்கல்களைக் கையாளும் புதிய, ஹைபிரிட் (hybrid) செயற்கை நுண்ணறிவு மாதிரிகள் உருவாக்கப்படுவதை ஊக்குவிக்க வேண்டும். இந்த மாதிரிகள் விதி அடிப்படையிலான மற்றும் தரவு அடிப்படையிலான அணுகுமுறைகளை இணைத்து, தமிழ் இலக்கணத்தின் நுட்பமான விதிகளைத் திறம்பட கையாளும்.
- **கூட்டுறவு மற்றும் திறந்த மூலச் சூழலை வலுப்படுத்துதல்:** அரசு நிறுவனங்கள், பல்கலைக்கழகங்கள் மற்றும் திறந்த மூல சமூகங்களுக்கு இடையே ஒரு ஒழுங்குபடுத்தப்பட்ட கூட்டுச் சூழல் உருவாக்கப்பட வேண்டும். அரசின் நிதி மற்றும் கல்வி நிறுவனங்களின் அனுபவம், திறந்த மூல சமூகத்தின் விரைவான கண்டுபிடிப்பு ஆற்றலுடன் இணைக்கப்பட வேண்டும்.
- **கல்வி மற்றும் விழிப்புணர்வு:** கணித்தமிழ் பேரவை போன்ற திட்டங்களை மேலும் விரிவுபடுத்தி, இளம்

தலைமுறையினரைத் தமிழ் கணினித்துறையில் ஈடுபடுத்த வேண்டும். பல்கலைக்கழகங்களில் கணினி மொழியியல் துறைகளை ஊக்குவிக்க வேண்டும். தமிழ் இலக்கியம் மற்றும் கணினி அறிவியலின் கலப்பைக் கொண்ட கல்வித்திட்டங்கள் உருவாக்கப்பட வேண்டும்.

ஆய்வுக்குதவிய சுட்டிகள்

1. **தமிழ் எழுத்துக்களின் தனித்துவமான பண்புகள்**
   - தமிழ் எழுத்துக்கள் | தமிழ் அகராதி - WordPress.com
   - ஒரு தமிழ் எழுத்துருவை (Font) வேறு ஒரு தமிழ் எழுத்துருவுக்கு எப்படி மாற்றுவது? - Quora
2. **தரப்படுத்தப்பட்ட குறியீட்டு முறைகள் மற்றும் விசைப்பலகை தளக்கோலங்கள்**
   - தமிழில் தட்டச்சு செய்ய மிக எளிதான விசைப்பலகை எது? - Quora
   - தமிழ் விசைப்பலகை தளக்கோலங்கள் - விக்கிப்பீடியா
   - தமிழ் தட்டச்சு இடைமுக மென்பொருள் | Tamil Typing and Interface software
3. **கணினி மொழியியல் மற்றும் இயற்கை மொழி செயலாக்கம் (NLP)**
   - (PDF) கணினி மொழியியலும் தமிழ்மொழியின் ...
   - (PDF) Tamil NLP Technologies: Challenges, State of the Art, Trends and Future Scope
   - TAMIL- NLP: Roles and Impact of Machine Learning and Deep Learning with Natural Language Processing for Tamil
   - தமிழ் மெய்நிகர் கலைக்கழகம் செயல்பாடுகள் | Tamil Nadu ...

- இயற்கை மொழிச் செயலாக்கங்களின் தற்போதைய போக்குகள் மற்றும் சவால்கள் - Tamil Computing Journal
- தமிழ் அலுவலக மென்பொருட்கள் | Tamil Office Automation ...

4. **பெரிய மொழி மாதிரிகள் (LLMs) மற்றும் செயற்கை நுண்ணறிவு**

- ஜெமினி (மொழி மாதிரி) - தமிழ் விக்கிப்பீடியா
- Chat GPTக்கு இணையான வேறு சில AI நுண்ணறிவு கருவிகள்... - kalkionline
- பெரிய மொழி மாதிரி - தமிழ் விக்கிப்பீடியா
- Top 10 LLMs Built In India - Analytics Vidhya
- mervinpraison/tamil-large-language-model-7b-v1.0 · Hugging Face

5. **சவால்கள் மற்றும் தீர்வுகள்**

- (PDF) Code-Mixed "Computationally Romba Challengingaa Irukku" - ResearchGate
- Examples of code mixing in Tamil dataset | Download Scientific Diagram - ResearchGate
- தமிழ் தட்டச்சு இடைமுக மென்பொருள் | Tamil Typing and Interface software

6. **நிறுவன மற்றும் சமூக முயற்சிகள்**

- Technology Development for Indian Languages (TDIL), 1991 - IMPRI Impact And Policy Research Institute

- BHASHINI: Transforming Maha Kumbh through Multilingual Innovation Unifying India's Linguistic Diversity - PIB
- India turns to AI to capture its 121 languages for digital services
- Computational Linguistics Research Group - AU-KBC RESEARCH CENTRE
- திறந்த மூல மென்பொருளில் முதல் அடி எடுத்து வைக்கலாம் வாங்க! 1: திறந்த மூலம் என்றால் என்ன? - கணியம்

8. தமிழ் இலக்கியங்களில் நீர் மேலாண்மை

(தமிழ் இலக்கியங்களில் மேலாண்மைச் சிந்தனைகள்: நீர் மேலாண்மை ஒரு சிறப்பு ஆய்வு)

முன்னுரை:

தமிழ் இலக்கியப் பரப்பில் சங்க காலம் தொட்டு நவீன காலம் வரை மனித வாழ்வின் பல்வேறு பரிமாணங்கள் குறித்த ஆழ்ந்த சிந்தனைகள் பதிவு செய்யப்பட்டுள்ளன. இவற்றுள், சமூக ஒழுங்கு, அறநெறிகள், ஆட்சிமுறை, பொருளாதார மேம்பாடு போன்றவற்றுடன் மேலாண்மை சார்ந்த கருத்துக்களும், குறிப்பாக இயற்கை வள மேலாண்மை குறித்த நுண்ணறிவும் செறிந்துள்ளன. இக்கட்டுரை, தமிழ் இலக்கியங்களின் பல்வேறு காலகட்டங்களில் (சங்க இலக்கியம், அற இலக்கியங்கள், காப்பியங்கள், சமய இலக்கியங்கள், சிற்றிலக்கியங்கள், நவீன இலக்கியங்கள்) இடம்பெற்றுள்ள மேலாண்மைச் சிந்தனைகளை, நீர் மேலாண்மைக்குச் சிறப்புக் கவனம் செலுத்தி ஆராய்கிறது.

சங்க இலக்கியத்தில் மேலாண்மைச் சிந்தனைகள்:

சங்க இலக்கியங்கள், கி.மு. 300 முதல் கி.பி. 300 வரையிலான காலகட்டத்தைச் சேர்ந்தவை எனப் பொதுவாகக் கருதப்படுகின்றன (*A History of Tamil Literature*). இக்காலகட்ட இலக்கியங்கள், அன்றைய தமிழ்ச் சமூகத்தின் வாழ்வியல் முறைகள், அரசர்களின் ஆட்சித்திறன், போர் முறைகள், வணிகம், வேளாண்மை போன்றவற்றைச் சித்தரிக்கின்றன. மேலாண்மை என்பது, ஒரு குறிப்பிட்ட இலக்கை அடைய வளங்களைச் செம்மையாகப் பயன்படுத்தும் கலை என வரையறுக்கலாம் (*The Oxford English Dictionary*). சங்க இலக்கியங்களில், அரசர்கள் தங்கள் நிலப்பரப்பை நிர்வகித்த விதத்திலும், போர்களைத் திட்டமிட்ட விதத்திலும், குடிமக்களைப் பாதுகாத்த விதத்திலும் மேலாண்மைச் சிந்தனைகள் வெளிப்படுகின்றன.

நீர் மேலாண்மை சங்க இலக்கியத்தில் மிக முக்கியமான ஒரு பகுதியாகக் கருதப்படுகிறது. வேளாண்மைக்கு நீர்

இன்றியமையாதது என்பதால், நீர் ஆதாரங்களைப் பாதுகாப்பதும், பயன்படுத்துவதும் அரசர்களின் தலையாய கடமைகளில் ஒன்றாகக் கருதப்பட்டது. புறநானூற்றுப் பாடல்கள், நீர்நிலைகளை உருவாக்குவதன் அவசியத்தையும், அவற்றைப் பராமரிப்பதன் முக்கியத்துவத்தையும் வலியுறுத்துகின்றன.

உதாரணமாக, பாண்டியன் நெடுஞ்செழியனைப் பற்றிய ஒரு பாடல், "குளந்தொட்டு வளம் பெருக்கி" (புறநானூறு, 18) எனக் குறிப்பிடுகிறது. இது, குளங்களை வெட்டுவதன் மூலம் நிலத்தின் வளத்தைப் பெருக்கலாம் என்ற கருத்தை முன்வைக்கிறது. இப்பாடலின் முழுமையான பொருள், ஒரு மன்னன் தனது குடிமக்களின் நலனுக்காகக் குளங்களை வெட்டி, அதன் மூலம் வேளாண்மையை மேம்படுத்தி, நாட்டின் வளத்தைப் பெருக்க வேண்டும் என்பதாகும். இது, நீர் ஆதாரங்களை உருவாக்குதல் மற்றும் பராமரித்தல் ஆகியவற்றை உள்ளடக்கிய ஒரு விரிவான நீர் மேலாண்மைத் திட்டத்தின் அவசியத்தை உணர்த்துகிறது.

நீர்நிலைகளை உருவாக்குவது, மழைநீரைச் சேமிப்பது, பாசன வசதிகளை மேம்படுத்துவது ஆகியவை அன்றைய அரசர்களின் நீர் மேலாண்மை உத்திகளாகும். கரிகால் சோழன் கல்லணையை (கல்லணை) கட்டியதாகக் கூறப்படும் செய்தி, சங்க காலத்திலேயே நீர் மேலாண்மையில் தமிழர்கள் கொண்டிருந்த தொழில்நுட்ப அறிவையும், தொலைநோக்குப் பார்வையையும் காட்டுகிறது (*A History of South India*).

கல்லணை, காவிரி ஆற்றின் நீரைத் திசைதிருப்பி, பாசனத்திற்காகப் பயன்படுத்தப்பட்ட ஒரு அற்புதமான பொறியியல் சாதனை. இது, நீரின் ஓட்டத்தைக் கட்டுப்படுத்தி, வெள்ளத்தைத் தடுத்து, வறட்சிக் காலங்களில் நீர்ப்பாசனத்தை உறுதி செய்யும் ஒரு விரிவான நீர் மேலாண்மை அமைப்பாகும். இதன் மூலம், ஆயிரக்கணக்கான ஏக்கர் நிலங்கள் பாசன வசதி பெற்று, வேளாண் உற்பத்தி பெருகியது. இது, ஒரு பெரிய அளவிலான திட்ட மேலாண்மைக்கும், வள மேலாண்மைக்கும் சிறந்த எடுத்துக்காட்டாகும்.

சங்க இலக்கியத்தில், நீர்நிலைகளை அழிப்பது பெரும் பாவமாகக் கருதப்பட்டது. "நீர் வறந்த நிலம் போல" (குறுந்தொகை, 204) என்ற உவமைகள், நீரின்றி நிலம் வறண்டு போவதன் துயரத்தை உணர்த்துகின்றன. இது, நீர் ஆதாரங்களைப் பாதுகாப்பதன் அவசியத்தை மறைமுகமாக வலியுறுத்துகிறது. நீர்நிலைகளைப் பாதுகாப்பது, சுற்றுச்சூழல் சமநிலையைப் பேணுவது, எதிர்கால சந்ததியினருக்கான வளங்களைப் பாதுகாப்பது போன்ற மேலாண்மைச் சிந்தனைகள் இதில் பொதிந்துள்ளன.

அற இலக்கியங்களில் மேலாண்மைச் சிந்தனைகள்:

அற இலக்கியங்கள், கி.பி. 100 முதல் கி.பி. 500 வரையிலான காலகட்டத்தைச் சேர்ந்தவை எனப் பொதுவாகக் கருதப்படுகின்றன (*Tamil Literature*). திருக்குறள், நாலடியார், பழமொழி நானூறு போன்ற நூல்கள் அறநெறிகளைப் போதிப்பதன் மூலம் சமூக ஒழுங்கையும், தனிமனித மேம்பாட்டையும் வலியுறுத்துகின்றன. மேலாண்மை என்பது, அறநெறிகளுடன் இணைந்ததாக அற இலக்கியங்களில் சித்தரிக்கப்படுகிறது. ஒரு நல்ல ஆட்சியாளன், அறவழியில் ஆட்சி செய்ய வேண்டும் என்றும், குடிமக்களின் நலனைப் பேண வேண்டும் என்றும் வலியுறுத்தப்படுகிறது.

திருக்குறள், மேலாண்மைக்குத் தேவையான பல பண்புகளைப் பட்டியலிடுகிறது. "அறிவுடைமை", "ஆள்வினை உடைமை", "ஊக்கமுடைமை", "பொருள் செயல்வகை" போன்ற அதிகாரங்கள், ஒருவன் தனது வாழ்வைச் செம்மையாக நிர்வகிக்கவும், செல்வத்தைச் சேர்க்கவும், சமூகத்தில் சிறந்து விளங்கவும் தேவையான மேலாண்மைத் திறன்களைப் பேசுகின்றன.

உதாரணமாக, "பொருள் செயல்வகை" அதிகாரம், செல்வத்தைச் சேர்ப்பதற்கான வழிகள், அதை நிர்வகிக்கும் முறைகள், செலவு செய்யும் விதம் போன்றவற்றை விளக்குகிறது. இது, நிதி மேலாண்மைக்கு ஒரு சிறந்த எடுத்துக்காட்டு.

"ஆள்வினை உடைமை" அதிகாரம், விடாமுயற்சி மற்றும் கடின உழைப்பின் முக்கியத்துவத்தை வலியுறுத்துகிறது, இது திட்டங்களைச் செயல்படுத்துவதற்கும், இலக்குகளை அடைவதற்கும் அவசியமான ஒரு மேலாண்மைப் பண்பாகும்.

நீர் மேலாண்மை குறித்து திருக்குறள் நேரடியாகப் பேசவில்லை என்றாலும், நீரின் முக்கியத்துவத்தை மறைமுகமாக வலியுறுத்துகிறது. "நீரின்றி அமையாது உலகு" (குறள், 20) என்ற குறள், நீரின் இன்றியமையாமையை உணர்த்துகிறது. இது, நீர் ஆதாரங்களைப் பாதுகாப்பதும், நீரைச் சிக்கனமாகப் பயன்படுத்துவதும் மனித குலத்தின் அடிப்படைத் தேவை என்பதைச் சுட்டிக்காட்டுகிறது. ஒரு நல்ல ஆட்சியாளன், தனது குடிமக்களுக்குத் தேவையான நீரை உறுதி செய்ய வேண்டும் என்ற அறநெறி, இக்குறளின் மூலம் பெறப்படுகிறது. நீரின்றி உலகம் இயங்காது என்ற அடிப்படை உண்மையை உணர்த்துவதன் மூலம், நீர் மேலாண்மையின் முக்கியத்துவத்தை அற இலக்கியங்கள் மறைமுகமாக வலியுறுத்துகின்றன.

காப்பியங்களில் மேலாண்மைச் சிந்தனைகள்

காப்பியங்கள், கி.பி. 500 முதல் கி.பி. 1200 வரையிலான காலகட்டத்தைச் சேர்ந்தவை எனப் பொதுவாகக் கருதப்படுகின்றன (*The Encyclopaedia of Indian Literature*). சிலப்பதிகாரம், மணிமேகலை, சீவக சிந்தாமணி, வளையாபதி, குண்டலகேசி ஆகிய ஐம்பெருங்காப்பியங்கள், அக்கால சமூக, அரசியல், பொருளாதார நிலைகளை விரிவாகப் பேசுகின்றன. காப்பியங்களில், அரசர்களின் ஆட்சிமுறை, நகரங்களின் அமைப்பு, வணிகம், போர் முறைகள் ஆகியவற்றில் மேலாண்மைச் சிந்தனைகள் வெளிப்படுகின்றன.

சிலப்பதிகாரம், புகார் நகரத்தின் செழிப்பையும், அங்கு நடைபெற்ற வணிகத்தையும் விரிவாகப் பேசுகிறது. நகர அமைப்பு, துறைமுக மேலாண்மை, வணிகப் பொருட்களின் சேமிப்பு மற்றும் விநியோகம் ஆகியவை அக்கால மேலாண்மைத் திறன்களைக் காட்டுகின்றன. காவிரிப்பூம்பட்டினத்தின் துறைமுக மேலாண்மை,

கப்பல் போக்குவரத்து, சுங்க வரி வசூல் போன்ற தகவல்கள், அன்றைய பொருளாதார மேலாண்மையின் நுட்பங்களை வெளிப்படுத்துகின்றன. இது, ஒரு பெரிய நகரத்தின் வளங்களை நிர்வகித்தல், வர்த்தக உறவுகளைப் பேணுதல், வருவாயைப் பெருக்குதல் போன்ற சிக்கலான மேலாண்மைச் செயல்பாடுகளைக் காட்டுகிறது.

நீர் மேலாண்மை குறித்து, சமய இலக்கியங்கள் நீரை ஒரு புனிதப் பொருளாகக் கருதுகின்றன. ஆறுகள், குளங்கள், தீர்த்தங்கள் ஆகியவை வழிபாட்டுக்குரிய இடங்களாகக் கருதப்பட்டன. இது, நீர்நிலைகளைப் பாதுகாப்பதற்கும், மாசுபடுத்துவதைத் தவிர்ப்பதற்கும் ஒரு மறைமுகமான தூண்டுதலாக அமைந்தது. "நீர் நிலைகள் இறைவனின் படைப்பு" என்ற நம்பிக்கை, அவற்றைப் பேணிக்காக்கும் பொறுப்பை மனிதர்களுக்கு உணர்த்தியது. உதாரணமாக, பல பக்திப் பாடல்கள், ஆறுகளையும், குளங்களையும் போற்றிப் பாடுகின்றன. இது, நீர் ஆதாரங்களை மதிப்பதற்கும், அவற்றைப் பாதுகாப்பதற்கும் ஒரு கலாச்சார அடிப்படையை வழங்கியது.

சிற்றிலக்கியங்களில் மேலாண்மைச் சிந்தனைகள் சிற்றிலக்கியங்கள், கி.பி. 1200 முதல் கி.பி. 1900 வரையிலான காலகட்டத்தைச் சேர்ந்தவை எனப் பொதுவாகக் கருதப்படுகின்றன (Tamil Literature). கலம்பகம், பரணி, பிள்ளைத்தமிழ், தூது, உலா போன்ற சிற்றிலக்கியங்கள், அரசர்கள், வள்ளல்கள், தெய்வங்கள் ஆகியோரைப் புகழ்ந்து பாடுகின்றன. இவற்றுள், அரசர்களின் ஆட்சித்திறன், நில மேலாண்மை, வரி வசூல் போன்ற மேலாண்மைச் சிந்தனைகள் இடம்பெறுகின்றன.

பள்ளு இலக்கியங்கள், வேளாண்மை சார்ந்த வாழ்வியலையும், நீர் மேலாண்மையையும் விரிவாகப் பேசுகின்றன. பள்ளு இலக்கியங்கள், உழவர்களின் வாழ்வு, பாசன முறைகள், நீர்நிலைகளைப் பராமரித்தல் போன்றவற்றை விவரிக்கின்றன. உதாரணமாக, முக்கூடற்பள்ளு, வேளாண்மை நிலங்களின் வகைப்பாடு, பாசன முறைகள், நீர் ஆதாரங்களைப் பயன்படுத்துதல் போன்றவற்றை விரிவாகப் பேசுகிறது. இது,

அக்கால நீர் மேலாண்மை குறித்த நடைமுறை அறிவை வெளிப்படுத்துகிறது. முக்கூடற்பள்ளுவில், நீர்நிலைகளில் இருந்து நீர் எவ்வாறு வயல்களுக்குக் கொண்டு செல்லப்பட்டது, எந்தெந்த பயிர்களுக்கு எவ்வளவு நீர் தேவைப்பட்டது, நீர்நிலைகளைப் பராமரிப்பதில் உழவர்களின் பங்கு என்ன போன்ற விவரங்கள் இடம்பெற்றுள்ளன. இது, ஒரு குறிப்பிட்ட நிலப்பரப்பில் நீர் வளங்களை நிர்வகிப்பதற்கான நுட்பமான மேலாண்மை உத்திகளைக் காட்டுகிறது.

நவீன இலக்கியங்களில் மேலாண்மைச் சிந்தனைகள் நவீன இலக்கியங்கள், கி.பி. 1900 முதல் இன்று வரையிலான காலகட்டத்தைச் சேர்ந்தவை (The Encyclopaedia of Indian Literature). நாவல்கள், சிறுகதைகள், கவிதைகள், நாடகங்கள் ஆகியவை நவீன இலக்கியத்தின் முக்கிய வடிவங்கள். இவற்றுள், சமூகப் பிரச்சினைகள், பொருளாதார ஏற்றத்தாழ்வுகள், சுற்றுச்சூழல் பிரச்சினைகள், நகரமயமாக்கல் போன்ற நவீன மேலாண்மைச் சவால்கள் குறித்துப் பேசப்படுகின்றன.

நீர் மேலாண்மை குறித்து, நவீன இலக்கியங்கள் நீர் பற்றாக்குறை, நீர் மாசுபாடு, ஆறுகள் வற்றுதல் போன்ற பிரச்சினைகளை மையமாகக் கொண்டுள்ளன. எழுத்தாளர்கள், நீர் ஆதாரங்களைப் பாதுகாப்பதன் அவசியத்தையும், நீரைச் சிக்கனமாகப் பயன்படுத்துவதன் முக்கியத்துவத்தையும் வலியுறுத்துகின்றனர். உதாரணமாக, சில நாவல்கள், கிராமப்புறங்களில் நிலவும் குடிநீர் பற்றாக்குறையையும், அதன் விளைவாக மக்கள் படும் துயரங்களையும் சித்தரிக்கின்றன. இது, நீர் மேலாண்மையின் சமூகப் பரிமாணத்தை வெளிப்படுத்துகிறது. நகரமயமாக்கல் மற்றும் தொழிற்சாலைகளின் வளர்ச்சி காரணமாக ஏற்படும் நீர் மாசுபாடு, ஆறுகள் வற்றுதல் போன்ற பிரச்சினைகள், சுற்றுச்சூழல் மேலாண்மை மற்றும் வள மேலாண்மை ஆகியவற்றின் அவசியத்தை உணர்த்துகின்றன.

சுற்றுச்சூழல் மேலாண்மை, பேரிடர் மேலாண்மை போன்ற நவீன மேலாண்மைச் சிந்தனைகளும் நவீன இலக்கியங்களில் இடம்பெறுகின்றன. புயல், வெள்ளம் போன்ற

இயற்கைச் சீற்றங்கள் குறித்த கதைகள், பேரிடர் மேலாண்மையின் அவசியத்தை உணர்த்துகின்றன. உதாரணமாக, சுனாமி போன்ற இயற்கை சீற்றங்கள் குறித்த இலக்கியப் படைப்புகள், பேரிடர் மேலாண்மை, மீட்புப் பணிகள், மறுவாழ்வுத் திட்டங்கள் ஆகியவற்றின் முக்கியத்துவத்தை வலியுறுத்துகின்றன. இது, நெருக்கடி மேலாண்மை மற்றும் இடர் மேலாண்மை ஆகியவற்றுடன் தொடர்புடையது.

முடிவுரை

தமிழ் இலக்கியங்கள், சங்க காலம் தொட்டு நவீன காலம் வரை மேலாண்மைச் சிந்தனைகளை, குறிப்பாக நீர் மேலாண்மை குறித்த ஆழ்ந்த புரிதலைத் தொடர்ந்து பதிவு செய்து வந்துள்ளன. சங்க இலக்கியங்கள் நீர்நிலைகளை உருவாக்குவதன் அவசியத்தையும், அற இலக்கியங்கள் நீரின் இன்றியமையாமை யையும், காப்பியங்கள் நீர் ஆதாரங்களின் செழிப்பையும், சமய இலக்கியங்கள் நீரின் புனிதத்தன்மையையும், சிற்றிலக்கியங்கள் வேளாண்மை சார்ந்த நீர் மேலாண்மை நடைமுறைகளையும், நவீன இலக்கியங்கள் நீர் பற்றாக்குறை மற்றும் மாசுபாடு போன்ற சமகாலப் பிரச்சினைகளையும் பேசுகின்றன.

தமிழர்களின் நீர் மேலாண்மை அறிவு, வெறும் தொழில்நுட்ப அறிவாக மட்டும் இல்லாமல், அறநெறிகள், சமூகப் பொறுப்புணர்வு, சுற்றுச்சூழல் பாதுகாப்பு ஆகியவற்றுடன் இணைந்த ஒரு முழுமையான அணுகுமுறையாக இருந்துள்ளது. பண்டைய தமிழர்கள், நீரை ஒரு அரிய வளமாகக் கருதி, அதைப் பாதுகாப்பதற்கும், சிக்கனமாகப் பயன்படுத்துவதற்கும் பல்வேறு உத்திகளைக் கையாண்டுள்ளனர். குளங்கள், ஏரிகள், கால்வாய்கள் போன்ற நீர்நிலைகளை உருவாக்குதல், அவற்றைப் பராமரித்தல், மழைநீரைச் சேமித்தல், நீரின் ஓட்டத்தைக் கட்டுப்படுத்துதல் போன்ற செயல்பாடுகள், அவர்களின் மேம்பட்ட நீர் மேலாண்மைத் திறனைப் பறைசாற்றுகின்றன.

இந்த இலக்கியப் பதிவுகள், இன்றைய காலகட்டத்திலும் நீர் மேலாண்மைக்குத் தேவையான பல பாடங்களை நமக்கு

வழங்குகின்றன. அதிகரித்து வரும் மக்கள் தொகை, நகரமயமாக்கல், காலநிலை மாற்றம் போன்ற காரணங்களால் நீர் பற்றாக்குறை ஒரு உலகளாவிய பிரச்சினையாக உருவெடுத்துள்ள நிலையில், பண்டைய தமிழர்களின் நீர் மேலாண்மை உத்திகளைப் புரிந்துகொள்வது, எதிர்கால நீர் மேலாண்மைத் திட்டங்களுக்கு ஒரு வலுவான அடித்தளத்தை அமைக்கும். நீரை ஒரு புனிதப் பொருளாகக் கருதும் மனப்பான்மை, நீரைச் சிக்கனமாகப் பயன்படுத்தும் பழக்கம், நீர்நிலைகளைப் பாதுகாக்கும் சமூகப் பொறுப்புணர்வு ஆகியவை இன்றைய காலகட்டத்திலும் பின்பற்றப்பட வேண்டிய மேலாண்மைச் சிந்தனைகளாகும்.

மேற்கோள் நூல்கள்

1. Zvelebil, Kamil V. *A History of Tamil Literature*. (Print) (Reference Publication)
2. *The Oxford English Dictionary*. (Print) (Dictionary)
3. Nilakanta Sastri, K. A. *A History of South India: From Prehistoric Times to the Fall of Vijayanagar*. (Print) (Reference Publication)
4. Hart, George L. *Tamil Literature*. (Print) (Reference Publication)
5. Datta, Amaresh. *The Encyclopaedia of Indian Literature*. (Print) (Encyclopedia)

9. தமிழ் இலக்கியங்களில் நிதி மேலாண்மை

(தமிழ் இலக்கியங்களில் மேலாண்மைச் சிந்தனைகள்: நிதி மேலாண்மை ஒரு சிறப்பு ஆய்வு)

அறிமுகம்:

தமிழ் இலக்கியப் பரப்பில், சங்க காலம் தொட்டு நவீன காலம் வரை, மனித வாழ்வின் பல்வேறு பரிமாணங்கள் குறித்த ஆழமான சிந்தனைகள் பொதிந்துள்ளன. இவற்றுள், தனிமனித மற்றும் சமூக மேலாண்மை, குறிப்பாக நிதி மேலாண்மை குறித்த கருத்துக்கள், நுட்பமான முறையில் வெளிப்படுத்தப்பட்டுள்ளன. ஒரு சமூகத்தின் பொருளாதார நிலை, அதன் இலக்கியப் படைப்புகளில் பிரதிபலிப்பது இயல்பு. தமிழ் இலக்கியங்கள், வெறும் கலைப் படைப்புகளாக மட்டுமல்லாமல், அக்கால சமூகத்தின் பொருளாதாரக் கட்டமைப்பு, நிதிப் பழக்கவழக்கங்கள், செல்வத்தைப் பற்றிய பார்வைகள், வறுமை மற்றும் செழிப்பு குறித்த சிந்தனைகள் ஆகியவற்றைப் பதிவு செய்யும் வரலாற்று ஆவணங்களாகவும் திகழ்கின்றன.

இக்கட்டுரை, சங்க இலக்கியம், அற இலக்கியங்கள், காப்பியங்கள், சமய இலக்கியங்கள், சிற்றிலக்கியங்கள் மற்றும் நவீன இலக்கியங்கள் ஆகியவற்றில் இடம்பெற்றுள்ள மேலாண்மைச் சிந்தனைகளை, நிதி மேலாண்மைக்கு முக்கியத்துவம் அளித்து, விரிவாக ஆராய்கிறது.

1. சங்க இலக்கியத்தில் மேலாண்மைச் சிந்தனைகள்:

சங்க இலக்கியம், கி.மு. 300 முதல் கி.பி. 300 வரையிலான காலப்பகுதியைச் சேர்ந்ததாகக் கருதப்படுகிறது. இது பெரும்பாலும் அகத்திணை மற்றும் புறத்திணைப் பாடல்களைக் கொண்டது. இப்பாடல்களில், மன்னர்கள், செல்வந்தர்கள், வணிகர்கள் மற்றும் சாதாரண மக்களின் வாழ்வியல் முறைகள், அவர்களின் பொருளாதாரச் செயல்பாடுகள் சித்தரிக்கப்பட்டுள்ளன. இவற்றுள், வளங்களை நிர்வகித்தல், வருவாயைப் பெருக்குதல், செலவுகளைக் கட்டுப்படுத்துதல், சேமிப்பின் அவசியம்,

செல்வத்தைப் பயன்படுத்தும் முறை போன்ற நிதி மேலாண்மை சார்ந்த கருத்துக்கள் மறைமுகமாகவும் நேரடியாகவும் இடம்பெற்றுள்ளன.

- அரசின் நிதி மேலாண்மை: புறநானூற்றுப் பாடல்களில், மன்னர்கள் தங்கள் நாட்டின் வளங்களை எவ்வாறு நிர்வகிக்க வேண்டும் என்பது குறித்துப் பல குறிப்புகள் காணப்படுகின்றன. ஒரு நல்ல ஆட்சியாளன், தனது நாட்டின் பொருளாதார வளங்களைப் பெருக்கி, மக்களைப் பாதுகாப்பவன் என்று போற்றப்படுகிறான். உதாரணமாக, உழவுத் தொழிலின் முக்கியத்துவம், நீர்ப்பாசன வசதிகளை மேம்படுத்துதல், வரிகளை நியாயமாக வசூலித்தல் போன்ற கருத்துக்கள், அரசின் நிதி ஆதாரங்களைப் பெருக்குவதற்கான வழிமுறைகளாகக் கருதப்படுகின்றன (புறநானூறு). "நீர் இன்று அமையாது உலகு" என்ற சங்க காலக் கூற்று, நீர்ப்பாசனத்தின் முக்கியத்துவத்தையும், அதன் மூலம் விவசாய உற்பத்தியைப் பெருக்கி, நாட்டின் பொருளாதாரத்தை மேம்படுத்த வேண்டிய அவசியத்தையும் உணர்த்துகிறது. மன்னர்கள், தங்கள் படைகளைப் பராமரிக்கவும், போர்களை நடத்தவும், மக்களுக்கு நலத்திட்டங்களை வழங்கவும் நிதி தேவைப்பட்டது. இந்த நிதியை அவர்கள் எவ்வாறு திரட்டினார்கள், எவ்வாறு செலவு செய்தார்கள் என்பது குறித்த குறிப்புகள், அக்கால அரசின் நிதி மேலாண்மை குறித்த ஒரு சித்திரத்தை அளிக்கின்றன.

- செல்வத்தின் மீதான பார்வை: சங்க இலக்கியம், செல்வத்தின் நிலையாமை குறித்தும், அதனை அறவழியில் ஈட்டி, அறச்செயல்களுக்குப் பயன்படுத்த வேண்டும் என்பது குறித்தும் வலியுறுத்துகிறது. "ஈதல் இசைபட வாழ்தல்" என்ற சங்க காலக் கோட்பாடு, செல்வத்தைப் பிறருக்குப் பகிர்ந்தளிப்பதன் மூலம் புகழைப் பெறுவதைக் குறிக்கிறது. இது, செல்வத்தைப் பதுக்காமல், சமூக நலனுக்குப் பயன்படுத்த வேண்டும் என்ற நிதி மேலாண்மைச் சிந்தனையின் ஒரு பகுதியாகும். வள்ளல்கள், தங்கள் செல்வத்தைப் பிறருக்கு வாரி

வழங்குவதன் மூலம் பெரும் புகழைப் பெற்றனர். இது, செல்வத்தைப் பெருக்கி, அதனைச் சமூகத்திற்குப் பயனுள்ள வகையில் செலவு செய்ய வேண்டும் என்ற மேலாண்மைச் சிந்தனையை வெளிப்படுத்துகிறது.

- வணிகமும் நிதிப் பரிமாற்றமும்: வணிகம் குறித்த குறிப்புகளும் சங்க இலக்கியத்தில் பரவலாகக் காணப்படுகின்றன. பண்டமாற்று முறை, நாணயப் பயன்பாடு, கடல் கடந்த வணிகம் போன்றவை அக்கால நிதிப் பரிமாற்ற முறைகளை உணர்த்துகின்றன. "பட்டினப்பாலை" போன்ற நூல்கள், துறைமுக நகரங்களின் வணிகச் செழிப்பையும், வணிகர்களின் செல்வத்தையும் விவரிக்கின்றன. வணிகர்கள் தங்கள் லாபத்தை எவ்வாறு நிர்வகித்தார்கள் என்பது குறித்த நேரடிக் குறிப்புகள் இல்லாவிட்டாலும், "பொருள் ஈட்டல்" என்பது ஒரு முக்கிய வாழ்வியல் நோக்கமாகக் கருதப்பட்டது. வணிகர்கள், தங்கள் முதலீடுகளைப் பாதுகாத்து, லாபத்தைப் பெருக்கி, மீண்டும் முதலீடு செய்யும் திறனைப் பெற்றிருந்தனர் என்பது மறைமுகமாகப் புலப்படுகிறது.

2. அற இலக்கியங்களில் நிதி மேலாண்மை

சங்க மருவிய காலத்தில் (கி.பி. 300 - கி.பி. 600) தோன்றிய அற இலக்கியங்கள், வாழ்வியல் நெறிகளை வகுத்துரைத்தன. திருக்குறள், நாலடியார், பழமொழி நானூறு போன்ற நூல்கள், தனிமனித ஒழுக்கம், சமூக நீதி, பொருளாதாரம் போன்ற பல்வேறு அம்சங்கள் குறித்துப் பேசுகின்றன. இவற்றுள், நிதி மேலாண்மை குறித்த கருத்துக்கள் மிகத் தெளிவாகவும், விரிவாகவும் இடம்பெற்றுள்ளன.

* திருக்குறளில் நிதி மேலாண்மை: திருக்குறள், பொருட்பாலில், "பொருள் செயல்வகை" என்ற அதிகாரத்தில், செல்வத்தின் முக்கியத்துவம், அதனை ஈட்டும் முறைகள், பாதுகாக்கும் வழிமுறைகள், செலவு செய்யும் முறைகள் குறித்துப் பல அரிய கருத்துக்களை முன்வைக்கிறது (திருக்குறள்).

செல்வத்தின் இன்றியமையாமை: "பொருளல்லது இல்லை பொருள்" என்று வள்ளுவர் செல்வத்தின் இன்றியமையாமையை வலியுறுத்துகிறார். செல்வம் என்பது வெறும் ஆடம்பரப் பொருள் அல்ல, அது அறத்தையும் இன்பத்தையும் அடைவதற்கான ஒரு கருவி என்பதை அவர் உணர்த்துகிறார்.

அறவழியில் பொருள் ஈட்டல்: செல்வத்தை ஈட்டுவதற்குரிய வழிகளாக, "அறன் அறிந்து ஆன்றமைந்த பொருள்" ஈட்ட வேண்டும் என்று கூறுகிறார். அதாவது, அறவழியில், நேர்மையாகப் பொருள் ஈட்ட வேண்டும் என்பது இதன் பொருள். நேர்மையற்ற வழியில் ஈட்டிய செல்வம் நிலைக்காது என்பதை, "அறன் ஈனும் இன்பமும் ஈனும் திறனறிந்து தீதின்றி வந்த பொருள்" என்ற குறள் விளக்குகிறது. இது, வணிக நெறிமுறைகள் மற்றும் தொழில்சார் அறம் (Business Ethics) குறித்த ஒரு முன்னோடிச் சிந்தனையாகும்.

சேமிப்பின் அவசியம்: சேமிப்பின் அவசியம் குறித்து, "அற்றது போற்றி அரியது கெடாது" என்ற குறள் வலியுறுத்துகிறது. அதாவது, வருவாய்க்கு ஏற்ப செலவு செய்து, சேமிக்க வேண்டும் என்பது இதன் பொருள். இது, எதிர்காலத் தேவைகளுக்காகவும், எதிர்பாராத செலவுகளுக்காகவும் சேமிக்க வேண்டியதன் அவசியத்தை உணர்த்துகிறது.

செல்வத்தைப் பாதுகாத்தல்: "பொருள் காக்கும் கருவி" என்று செல்வத்தைப் பாதுகாக்கும் வழிமுறைகளைச் சுட்டுகிறார். ஈட்டிய செல்வத்தைப் பாதுகாப்பது, அதனை ஈட்டுவதைப் போலவே முக்கியம் என்பதை இது உணர்த்துகிறது.

செலவு மேலாண்மை (Budgeting): செலவு செய்யும் முறைகள் குறித்து, "அளவறிந்து வாழ்தல்" என்ற கருத்தை வள்ளுவர் முன்வைக்கிறார். வருவாய்க்கு மீறிச் செலவு செய்யக் கூடாது என்பதை, "ஆகாறு அளவிட்டி தாயினும் கேடில்லை போகாறு அகலாக் கடை" என்ற குறள் விளக்குகிறது. அதாவது, வருவாய் குறைவாக இருந்தாலும், செலவு குறைவாக இருந்தால் கேடு இல்லை என்பது இதன் பொருள். இது, வரவு-செலவுத்

திட்டமிடலின் (Budgeting) முக்கியத்துவத்தை உணர்த்துகிறது. வருவாய்க்கும் செலவுக்கும் இடையே உள்ள சமநிலையை அவர் வலியுறுத்துகிறார்.

முதலீடு மற்றும் பெருக்கம்: "பொருள்குன்றா பூமி" என்ற குறள், செல்வத்தைப் பெருக்கும் வழிகளைப் பற்றி மறைமுகமாகப் பேசுகிறது. முதலீடுகள் மூலம் செல்வத்தைப் பெருக்க வேண்டும் என்ற சிந்தனை இதில் அடங்கியுள்ளது.

* நாலடியாரில் நிதி மேலாண்மை: நாலடியார், செல்வத்தின் நிலையாமை குறித்தும், அதனை அறவழியில் பயன்படுத்த வேண்டும் என்பது குறித்தும் வலியுறுத்துகிறது. "செல்வம் நிலையாமை" என்ற அதிகாரத்தில், செல்வம் ஒரு நாள் அழியும் என்பதை உணர்த்தி, அதனை நல்வழியில் பயன்படுத்த வேண்டும் என்று அறிவுறுத்துகிறது (நாலடியார்). இது, செல்வத்தின் மீதான பற்றின்மையையும், அதனைச் சமூக நலனுக்குப் பயன்படுத்த வேண்டியதன் அவசியத்தையும் உணர்த்துகிறது.

3. காப்பியங்களில் நிதி மேலாண்மை

சிலப்பதிகாரம், மணிமேகலை போன்ற காப்பியங்கள், கி.பி. 5 ஆம் நூற்றாண்டு முதல் 6 ஆம் நூற்றாண்டு வரையிலான காலப்பகுதியைச் சேர்ந்தவை. இவை அக்கால சமூக, பொருளாதார நிலைகளைச் சித்தரிக்கின்றன. இவற்றுள், வணிகம், செல்வச் செழிப்பு, வறுமை, ஈகை போன்ற நிதி மேலாண்மை சார்ந்த அம்சங்கள் இடம்பெற்றுள்ளன.

சிலப்பதிகாரத்தில் வணிகமும் செல்வமும்: சிலப்பதிகாரத்தில், கோவலன் ஒரு பெரும் வணிகக் குடும்பத்தைச் சேர்ந்தவன். அவனது செல்வச் செழிப்பு, வணிகப் பெருமை ஆகியவை காப்பியத்தில் விவரிக்கப்பட்டுள்ளன (சிலப்பதிகாரம்). வணிகர்கள் தங்கள் செல்வத்தை எவ்வாறு நிர்வகித்தார்கள், முதலீடுகள் எவ்வாறு செய்யப்பட்டன என்பது குறித்த மறைமுகக் குறிப்புகள் காணப்படுகின்றன. புகார் நகரத்தின் வணிகச் செழிப்பு, பல்வேறு நாடுகளிலிருந்து வந்த வணிகர்கள், பண்டமாற்று மற்றும் நாணயப் பரிமாற்றங்கள் ஆகியவை அக்கால வணிக மேலாண்மை

மற்றும் நிதிப் பரிமாற்ற முறைகளை உணர்த்துகின்றன. மாதவியின் செல்வச் செழிப்பும், கண்ணகியின் செல்வமும் அக்கால சமூகத்தில் செல்வத்தின் பங்கை உணர்த்துகின்றன.

மணிமேகலையில் ஈகையும் சமூகப் பொறுப்பும்: மணிமேகலையில், பசிப்பிணி போக்கும் அமுதசுரபி, ஈகை, தர்மம் போன்ற கருத்துக்கள் முதன்மைப்படுத்தப்பட்டுள்ளன (மணிமேகலை). இது, செல்வத்தைப் பிறருக்குப் பகிர்ந்தளிப்பதன் மூலம் சமூகத்தில் சமத்துவத்தை நிலைநாட்டுதல் என்ற நிதி மேலாண்மைச் சிந்தனையின் ஒரு பகுதியாகும். பசிப்பிணி போக்கும் அறச்செயல், செல்வத்தின் சமூகப் பயனை உணர்த்துகிறது. செல்வம் என்பது தனிமனித இன்பத்திற்காக மட்டுமல்லாமல், சமூகத்தின் நலனுக்காகவும் பயன்படுத்தப்பட வேண்டும் என்ற சமூகப் பொறுப்புணர்வு இதில் வெளிப்படுகிறது.

4. சமய இலக்கியங்களில் நிதி மேலாண்மை

பக்தி இலக்கியங்களான தேவாரம், நாலாயிர திவ்வியப் பிரபந்தம், திருவாசகம் போன்ற நூல்கள், கி.பி. 6 ஆம் நூற்றாண்டு முதல் 9 ஆம் நூற்றாண்டு வரையிலான காலப்பகுதியைச் சேர்ந்தவை. இவை இறை பக்தியை முதன்மைப்படுத்தினாலும், வாழ்வியல் நெறிகள் குறித்த கருத்துக்களும் இவற்றில் பொதிந்துள்ளன. செல்வத்தின் நிலையாமை, இறைவனுக்குச் செலுத்தும் காணிக்கைகள், அறச்செயல்கள் போன்ற நிதி மேலாண்மை சார்ந்த கருத்துக்கள் இவற்றில் இடம்பெற்றுள்ளன.

செல்வத்தின் மீதான சமயப் பார்வை: சைவ, வைணவ சமய இலக்கியங்களில், செல்வம் என்பது இறைவனால் அருளப்பட்டது என்றும், அதனை இறைத் தொண்டுக்கும், அறச்செயல்களுக்கும் பயன்படுத்த வேண்டும் என்றும் வலியுறுத்தப்படுகிறது. கோவில்களுக்குச் செய்யப்படும் திருப்பணிகள், அன்னதானம், கல்விச் சாலைகள் அமைத்தல் போன்ற அறச்செயல்கள், செல்வத்தைப் பயனுள்ள வழியில் செலவு செய்வதற்கான எடுத்துக்காட்டுகளாகும். இது, செல்வத்தை ஈட்டுவது

மட்டுமல்லாமல், அதனைச் சரியான வழியில் செலவு செய்வதும் முக்கியம் என்ற நிதி மேலாண்மைச் சிந்தனையை உணர்த்துகிறது.

திருவாசகத்தில் செல்வப் பயன்பாடு: திருவாசகத்தில், "பொருள்தனைப் போற்றிப் புண்ணியம் செய்மின்" என்று மாணிக்கவாசகர் கூறுகிறார். இது, செல்வத்தைப் பாதுகாத்து, அதனை அறச்செயல்களுக்குப் பயன்படுத்த வேண்டும் என்ற நிதி மேலாண்மைச் சிந்தனையை வலியுறுத்துகிறது (திருவாசகம்). செல்வம் என்பது நிலையற்றது என்பதால், அதனைப் புண்ணியச் செயல்களுக்குப் பயன்படுத்த வேண்டும் என்ற கருத்து இதில் அடங்கியுள்ளது.

5. சிற்றிலக்கியங்களில் நிதி மேலாண்மை

பிற்காலத்தில் தோன்றிய சிற்றிலக்கியங்களான பள்ளு, குறவஞ்சி, தூது, கலம்பகம் போன்ற நூல்களிலும், மக்களின் வாழ்வியல், பொருளாதாரம் குறித்த குறிப்புகள் காணப்படுகின்றன. இவை கி.பி. 10 ஆம் நூற்றாண்டு முதல் 19 ஆம் நூற்றாண்டு வரையிலான காலப்பகுதியைச் சேர்ந்தவை. நில மேலாண்மை, வரி வசூல், வணிகம், வறுமை போன்ற நிதி மேலாண்மை சார்ந்த அம்சங்கள் இவற்றில் இடம்பெற்றுள்ளன.

பள்ளு இலக்கியங்களில் விவசாய நிதி மேலாண்மை: பள்ளு இலக்கியங்கள், உழவுத் தொழில், நில மேலாண்மை, வரி வசூல் போன்ற கிராமியப் பொருளாதார அம்சங்களைச் சித்தரிக்கின்றன. நிலத்தின் உற்பத்தித்திறனைப் பெருக்குதல், நீர்ப்பாசன வசதிகளை மேம்படுத்துதல் போன்ற கருத்துக்கள், விவசாய நிதி மேலாண்மைக்கு எடுத்துக்காட்டுகளாகும். விவசாயிகள் தங்கள் வருவாயை எவ்வாறு நிர்வகித்தார்கள், கடன்களை எவ்வாறு சமாளித்தார்கள் என்பது குறித்த மறைமுகக் குறிப்புகள் இதில் காணப்படுகின்றன.

குறவஞ்சி இலக்கியங்களில் சமூகப் பொருளாதார நிலை: குறவஞ்சி இலக்கியங்கள், பல்வேறு சமூகப் பிரிவினரின் வாழ்வியலையும், அவர்களின் பொருளாதார நிலையையும் சித்தரிக்கின்றன. இது, சமூகத்தில் நிலவிய பொருளாதார

ஏற்றத்தாழ்வுகள் மற்றும் நிதிப் பழக்கவழக்கங்கள் குறித்த ஒரு சித்திரத்தை அளிக்கின்றன.

6. நவீன இலக்கியங்களில் நிதி மேலாண்மை

நவீன தமிழ் இலக்கியங்கள், 20 ஆம் நூற்றாண்டு முதல் இன்று வரையிலான காலப்பகுதியைச் சேர்ந்தவை. இவை சமூக மாற்றங்கள், பொருளாதார ஏற்றத்தாழ்வுகள், தனிமனித நிதிச் சிக்கல்கள் போன்றவற்றை விரிவாகப் பேசுகின்றன. சிறுகதைகள், நாவல்கள், கவிதைகள் ஆகியவற்றில், கடன், சேமிப்பு, முதலீடு, வறுமை, நுகர்வுக் கலாச்சாரம் போன்ற நிதி மேலாண்மை சார்ந்த அம்சங்கள் ஆழமாக ஆராயப்படுகின்றன.

நடுத்தர வர்க்கத்தின் நிதிச் சிக்கல்கள்: நவீன எழுத்தாளர்கள், நடுத்தர வர்க்க மக்களின் நிதிச் சிக்கல்கள், கடன் சுமை, சேமிப்பின் அவசியம், முதலீட்டு வாய்ப்புகள் போன்றவற்றை தங்கள் படைப்புகளில் வெளிப்படுத்துகின்றனர். உதாரணமாக, சுஜாதாவின் படைப்புகளில், தொழில்நுட்ப வளர்ச்சி, பொருளாதார மாற்றங்கள், தனிமனித நிதி மேலாண்மை குறித்த குறிப்புகள் இடம்பெற்றுள்ளன (சுஜாதா சிறுகதைகள்). அவரது கதைகளில், வங்கிக் கடன், பங்குச் சந்தை முதலீடு, சேமிப்புத் திட்டங்கள் போன்ற நவீன நிதி மேலாண்மை அம்சங்கள் குறித்த விவாதங்கள் காணப்படுகின்றன.

வறுமையும் பொருளாதார ஏற்றத்தாழ்வுகளும்: ஜெயகாந்தனின் படைப்புகள், சமூகத்தின் அடித்தட்டு மக்களின் வறுமை, நிதிச் சிக்கல்கள், அதிலிருந்து மீள்வதற்கான போராட்டங்கள் ஆகியவற்றை யதார்த்தமாகச் சித்தரிக்கின்றன (ஜெயகாந்தன் சிறுகதைகள்). இது, நிதி மேலாண்மை இல்லாததால் ஏற்படும் விளைவுகளையும், வறுமை எவ்வாறு ஒரு சமூகப் பிரச்சினையாக மாறுகிறது என்பதையும் உணர்த்துகிறது.

நுகர்வுக் கலாச்சாரமும் கடன் சுமையும்: நவீன கவிதைகள், நுகர்வுக் கலாச்சாரத்தின் விளைவுகள், கடன் சுமை, பணத்தின் மீதான மோகம் போன்றவற்றை விமர்சனப் பார்வையுடன் அணுகுகின்றன. இது, தனிமனித நிதி மேலாண்மையில் ஏற்படும்

சவால்களை உணர்த்துகிறது. விளம்பரங்களின் தாக்கம், ஆடம்பரச் செலவுகள், கடன் அட்டைகளின் பயன்பாடு போன்றவை தனிமனித நிதி மேலாண்மையில் ஏற்படுத்தும் தாக்கங்கள் நவீன இலக்கியங்களில் விவாதிக்கப்படுகின்றன.

முதலீடு மற்றும் நிதித் திட்டமிடல்: சில நவீன நாவல்கள், பங்குச் சந்தை முதலீடுகள், ரியல் எஸ்டேட் முதலீடுகள், ஓய்வூதியத் திட்டங்கள் போன்ற நிதித் திட்டமிடல் குறித்த அம்சங்களையும் ஆராய்கின்றன. இது, தனிமனிதர்கள் தங்கள் எதிர்கால நிதிப் பாதுகாப்பிற்காக எவ்வாறு திட்டமிட வேண்டும் என்பதை மறைமுகமாக உணர்த்துகிறது.

முடிவுரை

தமிழ் இலக்கியப் பரப்பில், சங்க காலம் தொட்டு நவீன காலம் வரை, மேலாண்மைச் சிந்தனைகள், குறிப்பாக நிதி மேலாண்மை குறித்த கருத்துக்கள், பல்வேறு வடிவங்களில் வெளிப்படுத்தப்பட்டுள்ளன. சங்க இலக்கியம், செல்வத்தின் நிலையாமை, ஈகை, வணிகம் குறித்துப் பேசுகிறது. அற இலக்கியங்கள், குறிப்பாக திருக்குறள், பொருள் ஈட்டல், சேமிப்பு, செலவு செய்தல், பாதுகாத்தல் போன்ற நிதி மேலாண்மையின் அடிப்படைக் கோட்பாடுகளை மிகத் தெளிவாக வகுத்துரைக்கின்றன.

காப்பியங்கள், சமய இலக்கியங்கள், சிற்றிலக்கியங்கள் ஆகியவை செல்வத்தின் சமூகப் பயன், அறச்செயல்கள், நில மேலாண்மை போன்ற அம்சங்களை வலியுறுத்துகின்றன. நவீன இலக்கியங்கள், சமகால நிதிச் சிக்கல்கள், நுகர்வுக் கலாச்சாரம், தனிமனித நிதி மேலாண்மை சவால்கள் ஆகியவற்றை யதார்த்தமாகப் பிரதிபலிக்கின்றன.

இலக்கியங்கள் வெறும் கலைப் படைப்புகள் மட்டுமல்லாமல், ஒரு சமூகத்தின் பொருளாதார, நிதி மேலாண்மைச் சிந்தனைகளின் ஆவணங்களாகவும் திகழ்கின்றன என்பதை இக்கட்டுரை தெளிவுபடுத்துகிறது. தமிழ் இலக்கியங்களில் பொதிந்துள்ள இந்த மேலாண்மைச் சிந்தனைகள்,

இன்றும் தனிமனித மற்றும் சமூக நிதி மேலாண்மைக்கு வழிகாட்டும் அரிய பொக்கிஷங்களாகத் திகழ்கின்றன. இந்த இலக்கியப் படைப்புகள், நிதி மேலாண்மை என்பது வெறும் கணக்கு வழக்குகள் மட்டுமல்ல, அது அறம், ஒழுக்கம், சமூகப் பொறுப்புணர்வு ஆகியவற்றுடன் பின்னிப் பிணைந்தது என்பதை உணர்த்துகின்றன.

மேற்கோள் நூல்கள் பட்டியல்

- புறநானூறு . உ.வே.சா. பதிப்பு. சென்னை: உ.வே.சா. நூல் நிலையம், 1950.
- திருக்குறள் . பரிமேலழகர் உரை. சென்னை: சைவ சித்தாந்த நூற்பதிப்புக் கழகம், 1960.
- நாலடியார் . மு. வரதராசனார் உரை. சென்னை: சைவ சித்தாந்த நூற்பதிப்புக் கழகம், 1962.
- சிலப்பதிகாரம் . உ.வே.சா. பதிப்பு. சென்னை: உ.வே.சா. நூல் நிலையம், 1942.
- மணிமேகலை . உ.வே.சா. பதிப்பு. சென்னை: உ.வே.சா. நூல் நிலையம், 1949.
- திருவாசகம் . ஜி.யு. போப் பதிப்பு. சென்னை: சைவ சித்தாந்த நூற்பதிப்புக் கழகம், 1900.
- சுஜாதா சிறுகதைகள் . சென்னை: காலச்சுவடு பதிப்பகம், 2005.
- ஜெயகாந்தன் சிறுகதைகள் . சென்னை: மீனாட்சி புத்தக நிலையம், 2000.

10. பக்தி இலக்கியங்களில் காரைக்கால் அம்மையார்

(பக்தி இலக்கியங்களில் காரைக்கால்: காரைக்கால் அம்மையார் பதிகங்கள் காட்டும் சைவ சித்தாந்தமும் வழிபாடும்)

ஆய்வுச் சுருக்கம்:

தமிழ் பக்தி இலக்கிய மரபில், காலத்தால் முற்பட்டவரும், முதல் பெண் நாயன்மாருமான காரைக்கால் அம்மையாரின் இடம் தனித்துவமானது. காரைக்கால் எனும் நகரத்தின் அடையாளமாகவே விளங்கும் இவரது பதிகங்கள், வெறும் பக்திப் பாடல்கள் மட்டுமல்ல; அவை சைவ சித்தாந்தத்தின் ஆணிவேரான பதி, பசு, பாசம் குறித்த ஆழமான தத்துவப் பார்வைகளையும், அக்கால வழிபாட்டு நெறிகளையும் தன்னுள் பொதிந்து வைத்துள்ள இலக்கியச் சாசனங்கள். இறைவனின் வடிவம், ஆன்மாவின் இயல்பு, உலகப் பற்றுகளிலிருந்து விடுபடும் நெறி மற்றும் வழிபாட்டின் உச்சநிலை ஆகியவற்றை அம்மையார் தனது பாடல்களில் எவ்வாறு வெளிப்படுத்தியுள்ளார் என்பதை ஆராய்வதே இக்கட்டுரையின் நோக்கம்.

முன்னுரை

பல்லவர் காலத்தில் தமிழகத்தில் தழைத்தோங்கிய பக்தி இயக்கம், சைவம் மற்றும் வைணவ சமய மறுமலர்ச்சிக்கு வித்திட்டது. நாயன்மார்கள் மற்றும் ஆழ்வார்களின் பக்திப் பாசுரங்கள், சமஸ்கிருத வேதங்களின் தத்துவச் செறிவை எளிய தமிழில் பாமர மக்களுக்கும் கொண்டு சேர்த்தன.

இம்மாபெரும் மரபில், அறுபத்து மூன்று நாயன்மார்களில் ஒருவராகப் போற்றப்படும் காரைக்கால் அம்மையார், தனக்கென ஒரு தனி முத்திரையைப் பதித்தவர். புனிதவதியார் என்ற இயற்பெயர் கொண்ட இவர், இறைவனிடம் தாமே விரும்பிப் பெற்ற பேய் வடிவத்தின் மூலம், புற அழகின் அநித்தியத்தையும், அக பக்தியின் நித்தியத்துவத்தையும் உலகிற்கு உணர்த்தினார். இவரது படைப்புகளான **திருவாலங்காட்டு மூத்த திருப்பதிகம்,**

திருவிரட்டை மணிமாலை, அற்புதத் திருவந்தாதி ஆகியவை பதினோராம் திருமுறையில் சேர்க்கப்பட்டு, சைவத்தின் ஞானப் பெட்டகமாகத் திகழ்கின்றன.

பதிகங்களில் தத்துவ தரிசனம்: சைவ சித்தாந்தம்

சைவ சித்தாந்தம் கூறும் முப்பொருள் உண்மைகளான பதி (இறைவன்), பசு (ஆன்மா), பாசம் (பந்தம்) ஆகியவற்றை அம்மையாரின் பாடல்கள் மிகத் தெளிவாக விளக்குகின்றன.

1. பதியின் வடிவம் (இறைவன்):

அம்மையார் காட்டும் இறைவன், அச்சமும் அருளும் ஒருங்கே இணைந்தவன். அவன் கோயில்களில் மட்டும் உறையும் சௌந்தர்ய மூர்த்தி அல்ல; சுடுகாட்டில் பேய்களோடு ஆடும் கோர வடிவினன். இந்த முரண் தரிசனமே அம்மையாரின் இறையியலின் சிறப்பு.

திருவாலங்காட்டு மூத்த திருப்பதிகத்தில், இறைவனின் ஆடல் நிகழும் இடமாக மயானத்தைக் காட்டுகிறார்.

"துத்தம் கைக்கிளை விளரி தாரம் உழை
இளி ஓசை பண் கெழுமப் பாடிச்
சச்சரி கொக்கரை தக்கையோடு தகுணிதம்
துந்துபி தாளம் வீணை
மத்தளம் கரடிகை வன்கை மென்தோல்
தமருகம் குடமுழா மொந்தை வாசித்(து)
அத்தனை விரவினோடு ஆடும் எங்கள்
அப்பன் இடந் திருவாலங்காடே"

இங்கு சுடுகாட்டின் தனிமையையும், அச்சத்தையும் போக்கி, அதை இறைவனின் ஆனந்த நடனம் நிகழும் திருவரங்காக அவர் மாற்றுகிறார். இது, 'எங்கும் இறைவன்' என்ற சித்தாந்தத்தின் உச்சகட்ட வெளிப்பாடு. அதே சமயம், *அற்புதத் திருவந்தாதியில்*, இறைவனின் பரம்பொருள் தன்மையை,

"அவனே இருசுடர் தீ ஆகாசம் மாவான்
அவனே புனல்யஜ மானன் - அவனே
திகழ்கின்ற எல்லாம் அவனேமற் றெல்லாம்
நிகழ்விக்க வல்லான் நிகழ்ந்து"

என்று கூறி, சிவனே ஐம்பூதங்களாகவும், அனைத்தையும் இயக்குபவனாகவும் இருக்கிறான் என்பதை நிறுவுகிறார். இவ்வாறு, இறைவனின் அருவம் (Transcendent), உருவம் (Immanent), கோரம், சௌந்தர்யம் என அனைத்து நிலைகளையும் அம்மையார் தன் பாடல்களில் பதிவு செய்கிறார்.

2. பசுவின் நிலை (ஆன்மா):

ஆன்மா, உலகப் பற்றுகளாகிய பாசத்தால் கட்டுண்டு கிடக்கிறது. இதிலிருந்து விடுபட்டு பதியை அடைவதே அதன் இலக்கு. அம்மையார், தன் வாழ்வின் மூலமே இந்தத் தத்துவத்தை நடைமுறைப்படுத்திக் காட்டினார். பேரழகு மிக்க தன் மானுட உடலைத் துறந்து, பேய் வடிவம் ஏற்றது, 'பாசம்' அல்லது உலகப் பற்றை அறுப்பதற்கான ஒரு குறியீட்டுச் செயல்.

திருவிரட்டை மணிமாலையில், இறைவனின் திருவடிகளைச் சரணடைவதே ஆன்மாவின் ஒரே உய்வு வழி என்பதை,

"பிறந்து மொழிபயின்ற பின்னெல்லாம் காதல்
சிறந்துநின் சேவடியே சேர்ந்தேன்"

என்று குறிப்பிடுகிறார். இங்கு 'காதல்' என்பது உலகியல் காமம் அல்ல; இறைவனின் மீதான பேரன்பாகிய பக்தி. இந்த பக்தி ஒன்றே ஆன்மாவை அதன் தளைகளிலிருந்து விடுவிக்கும் என்கிறார்.

3. பாசத்தின் இயல்பு (பந்தம்):

உலகப் பொருட்கள், உறவுகள், மற்றும் 'நான்' என்னும் அகந்தை ஆகியவையே பாசம். அம்மையார், இந்த பந்தங்களின் நிலையாமையைத் தெளிவாக உணர்ந்திருந்தார். தன் கணவர் பரமதத்தன் தன்னை விட்டுப் பிரிந்தபோது, அவர் அந்த உறவுப்

பாசத்தைத் துறந்து, இறைவனிடம் முழுமையாகச் சரணடைந்தார். உடல் அழகின் மீதான பற்றே பாசத்தின் முக்கிய வடிவம் என்பதை உணர்ந்து, அதைத் தாமே களைந்தார்.

அவரது பேய் வடிவம், எலும்பும் நரம்பும் கொண்ட தோற்றம், பாசத்தை அறுக்கத் துணியும் ஒரு ஆன்மாவின் தீவிர வைராக்கியத்தைக் காட்டுகிறது. இந்த வடிவம் கொண்டே அவர் கயிலாயம் சென்றதும், சிவனே அவரை "அம்மையே" என அழைத்ததும், புறத் தோற்றங்களைக் கடந்து அகத் தூய்மைக்கே இறைவன் முக்கியத்துவம் அளிக்கிறான் என்ற சித்தாந்தத்தை நிலைநாட்டுகிறது.

அம்மையார் காலத்து வழிபாட்டு நெறிகள்

அம்மையாரின் பாடல்கள், அக்காலத்தில் நிலவிய வழிபாட்டு முறைகள் குறித்த பல செய்திகளைத் தருகின்றன.

1. **மயான வழிபாடு:** அம்மையார் முன்வைத்த மிக முக்கிய வழிபாட்டு நெறி, மயானத்தை புனிதவெளியாகப் பார்ப்பது. ஊருக்கு ஒதுக்குப்புறமான, அச்சம் தரும் இடமாகக் கருதப்பட்ட சுடுகாட்டை, இறைவனின் ஆனந்த தாண்டவம் நிகழும் இடமாகப் போற்றிப் பாடியது ஒரு புரட்சிகரமான சிந்தனை. இது, மரணத்தையும், அழிவையும் கண்டு அஞ்சாமல், அதையும் இறைவனின் திருவிளையாடலாகக் காணும் ஞான நிலையைக் குறிக்கிறது.

2. **ஞானம் கலந்த பக்தி:** அம்மையாரின் பக்தி, வெறும் உணர்ச்சிவசப்பட்ட பக்தி அல்ல. அது இறைவனின் தத்துவத்தை முழுமையாக உணர்ந்த ஞானத்தின்பாற்பட்ட பக்தி. இறைவனை அறிவால் அறிந்து, அன்பால் வழிபடுவதே சிறந்தது என்பதை,

   "அறிவானும் தானே அறிவிப்பான் தானே
   அறிவாய் அறிகின்றான் தானே"

என்ற அற்புதத் திருவந்தாதி வரிகள் உணர்த்துகின்றன.

இசைவழிபாடு (பதிகம் பாடுதல்):

தேவாரம் பாடி இறைவனை வழிபடும் மரபிற்கு முன்னோடியாக அம்மையார் திகழ்கிறார். தாள நயத்தோடும், இசை இலக்கணத்தோடும் அமைந்த அவரது திருப்பதிகங்கள், இசைவழிபாடு என்பது இறைவனை அடைவதற்கான எளியதும், உன்னதமானதுமான ஒரு நெறி என்பதை நிறுவுகின்றன.

முடிவுரை

காரைக்கால் அம்மையாரின் பதிகங்கள், சைவ சித்தாந்தத்தின் தத்துவச் செறிவை இலக்கிய நயத்தோடு வெளிப்படுத்தும் காலக் கண்ணாடிகள். அவர் காரைக்காலின் மண்ணில் பிறந்தவர் என்பதைத் தாண்டி, தன் படைப்புகளால் காரைக்காலுக்கே பெரும் புகழைத் தேடித் தந்துள்ளார். இறைவனை அச்சமும், அருளும் நிறைந்த பரம்பொருளாகவும்; ஆன்மாவின் இலக்கை பந்தம் அறுத்துப் பதியை அடைவதாகவும்; வழிபாட்டின் உச்சத்தை அச்சம் துறந்த ஞான மார்க்கமாகவும் அவர் முன்வைத்தார்.

அவரது வாழ்க்கை மற்றும் வாக்கு, புற அடையாளங்களைக் கடந்து அகத் தூய்மையே ஆன்மிகத்தின் அடிப்படை என்பதை உரக்கச் சொல்கிறது. ஆக, காரைக்கால் அம்மையாரின் பதிகங்கள், பக்தி இலக்கிய வரலாற்றில் வெறும் பாடல்களாக அல்லாமல், சைவ சித்தாந்தத்தின் நடைமுறை விளக்கமாகவும், ஆழமான தத்துவப் பிரதிகளாகவும் என்றென்றும் நிலைத்து நிற்கும்.

துணைநின்ற நூல்கள்

1. சேக்கிழார். (2009). *திருத்தொண்டர் புராணம் (பெரிய புராணம்)*. சென்னை: கங்கை புத்தக நிலையம்.

2. பாலசுப்ரமணியன், க. (பதி.). (2004). *பதினோராம் திருமுறை*. தருமபுரம்: தருமபுர ஆதீனம்.

3. தேவநேயப் பாவாணர், ஞா. (2000). *சைவ சித்தாந்தம்: ஓர் அறிமுகம்*. சென்னை: தமிழ்மண் பதிப்பகம்.

4. பூலோகசிங்கம், பொ. (1996). *பக்தி இலக்கியங்களில் தத்துவக் கோட்பாடுகள்*. சிதம்பரம்: மெய்யப்பன் பதிப்பகம்.

5. மீனாட்சிசுந்தரனார், தெ. பொ. (1988). *நாயன்மார்கள் வரலாறு*. சென்னை: பூம்புகார் பதிப்பகம்.

6. Zvelebil, Kamil V. (1973). *The Smile of Murugan: On Tamil Literature of South India*. Leiden: Brill.

11. குவலயம் போற்றும் குருவருள் பொழியும் சிவஞானி

(குவலயம் போற்றும் குருவருள் பொழியும் சிவஞானி: மயிலம் பொம்மபுர ஆதீனம், குருவருள் மரபும் சிவஞான பாலய சுவாமிகளின் பங்களிப்பும்)

அறிமுகம்

மயிலம் பொம்மபுர ஆதீனம், சைவத் தமிழ் மரபிலும், தமிழ் ஆன்மீக வரலாற்றிலும் மிக முக்கியமான ஞான பீடங்களில் ஒன்றாகும். திருக்கயிலாய ஞானபரம்பரையின் வழிவந்த இந்த ஆதீனம், வீரசைவ நெறியை நிலைநிறுத்தி, தமிழ் மொழியை வளர்த்து, மக்களின் வாழ்வியல் ஒழுகலாறுகளைப் போதித்து வருகிறது. மயிலம் ஆதீனத்தின் குருவருள் மரபானது, முருகப் பெருமானின் ஞானவடிவத்தையும், சிவஞானத் தன்மையையும் மையமாகக் கொண்டுள்ளது. இந்த மரபைத் தோற்றுவித்து, வளர்த்தெடுத்தவர் ஸ்ரீமத் சிவஞான பாலய சுவாமிகள்.

முனைவர் மு. வல்லாளன் இயற்றியுள்ள 'மயிலம் அருள்மிகு சுப்பிரமணிய சுவாமிகள் பிள்ளைத்தமிழ்' எனும் நூல், முருகனின் இந்த ஞானப்பெருமையை, குருவடிவத்தை, அவர் அருளும் சிவஞானியின் தன்மையை இலக்கிய அழகியலோடு வெளிப்படுத்துகிறது. இந்தக் கட்டுரை, அந்தப் பிள்ளைத்தமிழ் நூலை ஒரு முதன்மை ஆய்வுச் சான்றாகக் கொண்டு, மயிலம் ஆதீனத்தின் தனித்துவமான குருநெறி மரபையும், அதன் மையப் பொருளாக விளங்கும் முருகப்பெருமானின் சிவஞான வடிவத்தையும், இந்த மரபை நிறுவிய ஸ்ரீமத் சிவஞான பாலய சுவாமிகளின் பங்களிப்பையும் விரிவாக ஆராய்கிறது.

பிரிவு 1: மயிலம் ஆதீனம் - குருபரம்பரை ஒரு வரலாற்றுப் பார்வை

மயிலம் பொம்மபுர ஆதீனத்தின் குருநெறி மரபு, அதன் ஆன்மீகப் பெருமையை ஆழமாகப் பதிவு செய்கிறது. திருக்கயிலாயத்தில் சிவபெருமானின் மேற்கு வாயில் காவலராக இருந்த சங்குகன்னர் எனும் சிவகணத்தலைவர், சிவபெருமானின்

அருளாணையின்படி பூவுலகில் அவதரித்து, வீரசைவ நெறியை நிலைநிறுத்தப் பணிக்கப்பட்டார். அவர் விழுப்புரம் மாவட்டத்தில் உள்ள பொம்மையார் பாளையத்தில் பாலசித்தர் எனத் தோன்றினார். முருகப்பெருமானைக் காண வேண்டும் என்ற பேராவலில் பாலசித்தர் கடுந்தவம் புரிந்தார்.

முருகப்பெருமான், பாலசித்தரின் புகழ் உலகம் அறிய வேண்டும் என்று காட்சி தர மறுத்தார். தேவியர்களான வள்ளி மற்றும் தெய்வானையின் வேண்டுகோளுக்கு இணங்க, வேடன் வடிவம் தாங்கி மயிலம் மலைக்கு வந்தார். அப்போது, வந்தவர் யாரென்று அறியாத பாலசித்தர், வேடனுடன் போர் புரிந்தார். கடும் போருக்குப் பின், முருகன் தன் வேடத்தைக் களைந்து, பாலசித்தருக்குக் காட்சியருளினார். பின்னர், பாலசித்தரின் வேண்டுகோளின்படி, மயிலம் மலை மீது திருமணக் கோலத்திலேயே நிரந்தரமாகக் காட்சி தந்து, பக்தர்களுக்கு அருள் வழங்க வேண்டும் என முருகன் ஒப்புக்கொண்டார்.

இன்றும், மயிலம் முருகப்பெருமான் திருமணக் கோலத்தில் பக்தர்களுக்கு அருள்பாலிக்கிறார். இந்தச் சம்பவம், முருகனின் குருவருள் பாலசித்தருக்கு நேரடியாகக் கிடைத்ததை உணர்த்துகிறது. பாலசித்தரின் திருவருளால் தோன்றியவரே ஸ்ரீலஸ்ரீ சிவஞான பாலய தேசிகர். இவரே மயிலம் பொம்மபுர ஆதீனத்தை நிறுவியவர்.

பிள்ளைத்தமிழ் நூலின் காப்புப் பருவப் பாடல் 10-ல், **"கயிலா யத்துயர் சிவகணத்தின் தலைவர் எனுமருட் சங்குகன்னர்... நயமிகு பால சித்தரவர் தோன்றி முருக னுடன்மற்போர் நடத்தியே வென்றாய்த் தொடுவுணர்வால் தீட்சையும் பெற்றவா"** என்று இந்த நிகழ்வு குறிப்பிடப்படுகிறது. இது, மயிலம் ஆதீனம் முருகனின் ஞானவருளால் நேரடியாகத் தோன்றிய ஒரு பாரம்பரியம் என்பதை நிலைநிறுத்துகிறது. எனவே, மயிலம் ஆதீனத்தில், முருகப் பெருமான் வெறும் வழிபடும் தெய்வம் மட்டுமல்ல, அந்த ஆதீனத்தின் மூல குருவாகவும் போற்றப்படுகிறார்.

பிரிவு 2: முருகன் - பிரணவ குருவும் சிவஞானியும்

முருகப்பெருமான் பிரணவ குரு என அழைக்கப்படுவது, தமிழ் சைவ மரபின் தனித்துவமான ஞானக் கோட்பாடுகளில் ஒன்றாகும். படைப்புக் கடவுளான பிரம்மன், ஓம் எனும் பிரணவத்தின் பொருளை மறந்ததனால், முருகன் தன் குருத்தன்மையைக் காட்டி, அவனைத் தலையில் குட்டிச் சிறையிலிட்டான். பின்னர், தன் தந்தை சிவனுக்கே அச்சிறையில் பிரணவத்தின் உட்பொருளை உபதேசித்து, சுவாமிநாதன் எனும் பெயரையும், குரு எனும் பெரும் புகழையும் பெற்றான்.

பிள்ளைத்தமிழ் நூலின் பாடல் 17-ல், "**அருமறை உறை பிரணவப் பொருளினை உரையாப் பிரமனின் தலைகுட்டிச் சிறையில் அடைத்துமே அரன் வந்த உரைத்திட விடுத்தவன்**" என்று இந்த நிகழ்வு நேரடியாகச் சுட்டப்படுகிறது. "உயர்நற் குருவெனப் புகழப் பெரும்புகழ் அடைந்தாய் உலககுருவாய் ஆனாய்" என முருகன் உலகத்துக்கே குருவானவன் என்று போற்றப்படுகிறான். இப்பாடல்கள், முருகன் ஞானத்தைத் தேடுபவன் அல்ல, அவனே ஞான வடிவம் என்பதை உணர்த்துகின்றன.

சிவஞானி என்பதன் தத்துவார்த்தப் பொருள்

சைவ சித்தாந்தத்தின்படி, சிவஞானி என்பவர், ஆணவம், கன்மம், மாயை எனும் மும்மலங்களை முற்றாக வென்று, இறைவனோடு இரண்டறக் கலந்த மெய்யுணர்வு பெற்றவர்.

பிள்ளைத்தமிழ் நூலில் முருகப்பெருமான் ஒரு சிவஞானியின் அனைத்துத் தன்மைகளையும் கொண்டவராகப் போற்றப்படுகிறார். காப்புப் பருவப் பாடல் 3-ல், "**முக்கண் கொண்டவர் தாம்பெற்ற மூதறி அறிவன் இளம்பிள்ளை**" என்று, முருகன் ஒரு குழந்தையாக இருந்தபோதே, ஆதி முதல் ஞானத்தைக் கொண்டவன் என்று குறிப்பிடப்படுகிறான். இந்தப் பெருமை, முருகனை ஞானத்தைத் தேடும் சாதாரண முனிவர்களிடமிருந்து வேறுபடுத்திக் காட்டுகிறது. அவரே ஞானத்தின் வடிவம்.

அவன், "**நானெனும் அகந்தை அழிக்கின்ற நல்லோர் நெஞ்சின் சுடரொளி**" என்று குறிப்பிடுவதன் மூலம், ஆணவம் எனும் பெருங்குற்றத்தை வேரோடு அழிக்கும் ஞானத்தின் வடிவம் அவன் என்பதை உணர்த்துகிறது. இது ஒரு சிவஞானியின் முதன்மைத் தன்மையாகும். சிறுபறைப் பருவப் பாடல் 90-ல், தன்னைச் சிறுவன் என்று அகந்தையால் இகழ்ந்த சூரபதுமனின் ஆணவம் அழிக்கப்பட்ட நிகழ்வு குறிப்பிடப்படுகிறது. இது, முருகனின் ஞானவேல் உயிர்களின் அக இருளை நீக்கும் ஞான ஆயுதம் என்பதைக் குறிக்கிறது.

பிரிவு 3: 'பிள்ளைத்தமிழ்' இலக்கியமும் குருவருளின் வெளிப்பாடும்

பிள்ளைத்தமிழ் என்பது ஒரு குழந்தையின் பத்து பருவங்களைக் கொண்ட 96 சிற்றிலக்கிய வகைகளுள் ஒன்றாகும். இதில், காப்பு, செங்கீரை, தால், சப்பாணி, முத்தம், வருகை, அம்புலி, சிற்றில், சிறுபறை, சிறுதேர் ஆகிய பத்து பருவங்கள் உள்ளன.[6] இந்த இலக்கிய வடிவம், குழந்தையின் அசைவியக்கத்தைப் பாடுவது மட்டுமல்லாது, பக்தனின் ஆன்மீகப் பயணத்தின் குறியீடாகவும் பார்க்கப்படுகிறது.

மயிலம் அருள்மிகு சுப்பிரமணிய சுவாமிகள் பிள்ளைத்தமிழ் நூல், முருகனின் குருவருள், பல்வேறு வழிகளில் வெளிப்படுவதை அழகாகப் பதிவு செய்கிறது.

- **புலவர்களுக்கும் கலைஞர்களுக்கும் அருளும் குரு:** முருகன், பிரம்மனைக் குட்டி, சிவனுக்கே குருவானவன். அருணகிரிநாதருக்குக் காட்சி தந்து கந்தர் அனுபூதி பாடல்களை இயற்றச் செய்தவன். ஊமையாக இருந்த குமரகுருபரரின் நாவில் வேல் கொண்டு எழுதி, கந்தர் கலிவெண்பா பாடும் ஆற்றலை வழங்கினான். திகடசக்கர என்ற சொல்லின் இலக்கணப் பிழையை உணர்த்தி, கச்சியப்பசிவாச்சாரியாருக்கு ஞானம் அருளினான். இவை அனைத்தும் முருகனின் குரு வடிவத்தையும், சிவஞானத்தையும் உணர்த்துகின்றன.

- ***அடியவர்களின் பிணி நீக்கும் மருத்துவன்:*** *சிற்றில்ப் பருவப் பாடல் 73-ல், "**நொந்திடும் அடியார் உயிருடலின் நெடும்பிணி நீக்கும் வைத்தியனே**" என்று முருகன் போற்றப்படுகிறான். இது, அவன் உடல்நலப் பிணிகளையும் நீக்கும் ஒரு ஞான வைத்தியன் என்பதை உணர்த்துகிறது.*
- ***காலங்கடந்த கருணை:*** *தால்ப் பருவப் பாடல் 30-ல், "**காந்தள்போல் கொத்தாக மக்களழி கொரோனாவை வடிவேலாற் சுவறிவிடுவாய்**" என்ற வரிகள் இடம் பெறுகின்றன. ஒரு தொன்மையான இலக்கிய வடிவத்தில் நவீன கால நோயான கொரோனா இடம் பெற்றது, முருகனின் குருவருள் குறிப்பிட்ட காலத்திற்குள் மட்டுப்படுத்தப்பட்டதல்ல, அது காலாகிரகம் கடந்த ஞான ஒளி என்பதை உணர்த்துகிறது.*
- ***தத்துவார்த்தக் குறியீடுகள்:*** *அம்புலிப் பருவத்தில், நிலவின் குறைகளைச் சுட்டி, முருகனின் பரிபூரணத் தன்மை நிலைநிறுத்தப்படுகிறது. நிலவு, பிறைநோய் மற்றும் காசநோய் போன்ற நோய்களால் தேய்வது, சாபம் பெறுவது, காமத்தீயை மூட்டுவது போன்ற குறைபாடுகளை உடையது. ஆனால் முருகன், ஆணவ இருளை நீக்கி, உயிர்களுக்கு முக்தியைத் தருபவன். நிலவு தற்காலிகப் பிரபஞ்ச ஆற்றலின் குறியீடாகவும், முருகன் குறைகளற்ற, நித்தியமான ஞான ஒளியின் குறியீடாகவும் இப்பாடல்களில் விவாதிக்கப்படுகிறார்.*

பிரிவு 4: சிவஞான பாலய சுவாமிகளின் பங்களிப்பு - குருபரம்பரை வளர்த்த பெருமை

மயிலம் அருள்மிகு சுப்பிரமணிய சுவாமிகள் பிள்ளைத்தமிழ் நூலின் மிக முக்கியமான சிறப்பு, அது ஸ்ரீமத் சிவஞான பாலய சுவாமிகளைப் போற்றிப் பாடுவதுதான். முருகன், "புண்ணிய பாலயர் மயிலமலை வந்தருள் பொழியுங் குழவி" என்று விவரிக்கப்படுகிறான். அதாவது, சிவஞான பாலய சுவாமிகளின்

மயில மலைக்கு வந்து அருள்பொழியும் குழந்தையே முருகன் என இந்நூல் குறிப்பிடுகிறது. இது, முருகனின் ஞானவடிவமும், சிவஞான பாலய சுவாமிகளின் குருவடிவமும் ஒன்றெனவே இந்நூலால் இணைத்து போற்றப்படுகிறது என்பதை உணர்த்துகிறது.

சிவஞான பாலய சுவாமிகள் வெறும் ஞானியாக மட்டும் இல்லாமல், கல்வி மற்றும் சமூகப் பணியிலும் ஆழமான பங்களிப்பைச் செய்துள்ளார்.

செங்கீரைப் பருவப் பாடல் 13-ல், "நற்றமிழைக் கற்கின்ற மாணவர்கள் குன்றமர்ந்து... இலக்கணநூல் படித்தறிவை மிகவளர்ப்பார்... பாலனவன் கார்த்திகையின் நன்னாளில் சாமிகள்முன் சொற்பொழிவு செய்துமகிழ்வார்" என்று குறிப்பிடப்படுகிறது. இது, மயிலம் ஆதீனம் தமிழ் மற்றும் சைவ சித்தாந்தக் கல்வியை வளர்ப்பதில் ஆற்றிய பங்களிப்பைத் தெளிவாகக் காட்டுகிறது.

மேலும், தால்ப் பருவப் பாடல் 23-ல், "செந்தமிழ்க் கழகம் எனநிறுவி கற்கும் மாணவர் தமையெல்லாம்... பைந்தமிழோடு வீரசைவத்தையும் வளர்த்தும்" என்ற வரிகள், அவர் மடத்தின் மூலம் தமிழ் மற்றும் வீரசைவ நெறியை கிராமங்கள் தோறும் பரப்பினார் என்பதை உறுதிப்படுத்துகின்றன.

ஸ்ரீமத் சிவஞான பாலய சுவாமிகள், பிரபுலிங்க லீலை மற்றும் திருக்கூவப்புராணம் போன்ற 21 சைவ நூல்களை இயற்றிய சிவப்பிரகாச சுவாமிகளின் ஞானசாரியர். சிவப்பிரகாச சுவாமிகள், தனது ஞான ஆசிரியரான பாலையானந்த சுவாமிகள் மீது பிள்ளைத்தமிழ் உள்ளிட்ட புகழ்ப்பாக்களைப் பாடினார். இது, மயிலம் ஆதீனத்தின் குருநெறி மரபு, இலக்கியத்தின் மூலம் எவ்வாறு வாழும் பாரம்பரியமாக நிலைநிறுத்தப்பட்டுள்ளது என்பதை வெளிப்படுத்துகிறது.

முடிவுரை

மயிலம் அருள்மிகு சுப்பிரமணிய சுவாமிகள் பிள்ளைத்தமிழ் எனும் இலக்கியப் படைப்பு, முருகப்பெருமானை ஒரு சிவஞானியாகவும், உலக குருவாகவும் நிலைநிறுத்துகிறது. இந்த நூல், முருகனின் ஞானத் தன்மை, அவர் தன் தந்தையான சிவனுக்கே குருவான பெருமை, உயிர்களின் அக இருளை நீக்கும் சக்தி, புலவர்களுக்கும் அடியார்க்கும் அருள்புரியும் குருவருள் எனப் பல பரிமாணங்களை வெளிப்படுத்துகிறது. இது, மயிலம் ஆதீனத்தின் குருபரம்பரை முருகனின் ஞானவடிவத்திலிருந்து நேரடியாகத் தோன்றிய ஒரு பாரம்பரியம் என்பதையும், சிவஞான பாலய சுவாமிகள் அதனை வளர்த்தெடுத்ததையும் உறுதிப்படுத்துகிறது.

இந்த நூற்றாண்டு விழா, ஸ்ரீமத் சிவஞான பாலய சுவாமிகளின் ஆழமான பங்களிப்பை நினைவுகூரும் ஒரு முக்கிய நிகழ்வு. அவர் முருகப்பெருமானின் குருவருள் மரபை இலக்கியம், கல்வி, மற்றும் சமூகப் பணிகளின் மூலம் நிலைநிறுத்தினார். இந்த ஆய்வுக்கட்டுரை, மயிலம் ஆதீனம் என்பது வெறும் ஒரு வழிபாட்டுத் தலமல்ல, அது குவலயம் போற்றும் குருவருள் சிவஞானி எனும் தத்துவத்தை நிலைநிறுத்தும் ஒரு ஞான பீடம் என்பதை நிறுவுகிறது.

ஆய்வுக்குதவிய நூல்கள்

1. முருகன் பிள்ளைத்தமிழ்
2. சைவ சித்தாந்தம் - சிவஞானபோதம்
3. சைவ சித்தாந்த அகராதி
4. முத்துக்குமாரசாமி பிள்ளைத்தமிழ்

12. சிற்றிலக்கியங்களில் நீத்தார் வழிபாடு

(சிற்றிலக்கியங்களில் நீத்தார் வழிபாடு: ஒரு சமூகப் பண்பாட்டு ஆய்வு)

முன்னுரை

தமிழர் மரபின் ஆணிவேராகவும், பண்பாட்டின் உயிர்நாடியாகவும் திகழ்வது முன்னோரை மதித்துப் போற்றும் உயர் பண்பாகும். வாழ்ந்து மறைந்த தம் முன்னோரைக் குலதெய்வங்களாகக் கருதி வழிபடும் வழக்கம் 'நீத்தார் வழிபாடு' எனப்படுகிறது. இவ் வழிபாடு, சங்க காலம் தொட்டு இன்றுவரை தமிழர் வாழ்வியலில் பிரிக்கமுடியாத ஓர் அங்கமாகத் திகழ்ந்து வருகிறது.

செவ்விலக்கியங்கள் பெரும்பாலும் அரசர்களையும், மேட்டுக்குடி மக்களையும் முதன்மைப்படுத்திய நிலையில், பிற்காலத்தில் தோன்றிய சிற்றிலக்கியங்கள் அடித்தட்டு மக்களின் வாழ்வியல், நம்பிக்கைகள், சடங்குகள், பழக்கவழக்கங்கள் ஆகியவற்றைப் பதிவு செய்வதில் பெரும் பங்காற்றின. அவ்வகையில், தமிழர் பண்பாட்டின் ஆழமான கூறான நீத்தார் வழிபாடு, பல்வேறு சிற்றிலக்கிய வகைகளில் எவ்வாறு பதிவாகியுள்ளது என்பதைச் சமூகப் பண்பாட்டு நோக்கில் ஆராய்வதே இக்கட்டுரையின் முக்கிய நோக்கம்.

தமிழர் மரபில் நீத்தார் வழிபாடு

உயிரோடிருக்கும்போது மட்டுமல்லாது, உயிர் நீத்த பின்னரும் தம் முன்னோருடன் ஒரு உறவைப் பேணும் உன்னத இயல்பு தமிழர்களுக்கு உண்டு. தொல்காப்பியம் புறத்திணையில் குறிப்பிடும் 'கல்லே பரவின் அல்லது, நெல் உகுத்துப் பரவும் கடவுளும் இலவே' என்ற தொடர், நடுகல் வழிபாடே தொல் தமிழரின் प्रमुख வழிபாடாக இருந்ததை நிறுவுகிறது. இதுவே நீத்தார் வழிபாட்டின் தொடக்கப் புள்ளியாகும். திருக்குறளில், இல்வாழ்வானின் தலையாய கடமைகளில் ஒன்றாக,

"தென்புலத்தார் தெய்வம் விருந்தொக்கல் தான்என்றாங்கு
ஐம்புலத்தாறு ஓம்பல் தலை" (குறள்: 43)

என்று வள்ளுவர் குறிப்பிடுவதன் மூலம், நீத்தார் கடன் ஆற்றுவது இல்லறத்தாரின் முதன்மைக் கடமையாக வரையறுக்கப்பட்டது புலனாகிறது. இத்தகைய தொன்மை வாய்ந்த மரபு, சிற்றிலக்கியக் காலத்தில் எத்தகைய வடிவங்களைப் பெற்றது என்பதைக் காண்பது அவசியமாகிறது.

சிற்றிலக்கியங்களில் நீத்தார் வழிபாட்டின் பதிவுகள்

96 வகை சிற்றிலக்கியங்கள் எனப் பிரிக்கப்பட்டாலும், அவற்றுள் மக்களின் வாழ்வோடு நெருங்கிய உறவு கொண்ட பள்ளு, குறவஞ்சி, பரணி போன்ற இலக்கியங்களில் நீத்தார் வழிபாட்டின் கூறுகள் செறிந்து காணப்படுகின்றன.

1. பள்ளு இலக்கியங்களில் குல வழிபாடு

பள்ளு இலக்கியங்கள் மருத நில மக்களின் வேளாண் வாழ்வைப் படம்பிடித்துக் காட்டுபவை. உழவுத் தொழிலே வாழ்வாதாரமாக விளங்கிய நிலையில், அவர்கள் தம் குல முன்னோரை வணங்கி, அவர்களின் ஆசியுடன் வேளாண் பணிகளைத் தொடங்குவதை வழக்கமாகக் கொண்டிருந்தனர். முக்கூடற்பள்ளு போன்ற நூல்களில் வரும் பள்ளன், பள்ளி போன்றோர், விதைக்கும் முன்னும், அறுவடைக்கு முன்னும் தம் முன்னோருக்கும், குலதெய்வத்திற்கும் படையலிட்டு வழிபடுவதாகக் காட்சிகள் சித்தரிக்கப்படுகின்றன. இந்த வழிபாடு, விளைச்சல் பெருகவும், கால்நடைகள் பெருகவும், நோய்நொடிகள் அண்டாமல் காக்கவும் உதவும் என்ற ஆழமான நம்பிக்கையின் அடிப்படையில் அமைந்திருந்தது. இங்கு நீத்தார் வழிபாடு என்பது ஒரு குலத்தின் பண்பாட்டு அடையாளமாகவும், தொழில்சார்ந்த சடங்காகவும் பரிணமிக்கிறது.

2. குறவஞ்சி இலக்கியங்களில் மூதாதையர் ஆவி வழிபாடு

குறிஞ்சி நில மக்களின் வாழ்வியலை மையமாகக் கொண்டவை குறவஞ்சி இலக்கியங்கள். குறிசொல்லும் குறத்தி,

தன் குலதெய்வத்தையும், தன் குலத்தின் மூதாதையரையும் வணங்கியே குறி சொல்லத் தொடங்குவாள். திருக்குற்றாலக் குறவஞ்சியில், குறத்தி தன் குலப்பெருமையைக் கூறும்போது, தம் முன்னோரின் ஆற்றல்களையும், அவர்கள் அருளால் பெற்ற குறி சொல்லும் திறனையும் குறிப்பிடுகிறாள். இது வெறுமனே ஒரு சடங்கு மாத்திரம் அல்ல; மூதாதையரின் ஆவி, தங்களுக்கு வழிகாட்டியாகவும், ஆற்றல் தரும் சக்தியாகவும் விளங்கும் என்ற நம்பிக்கையை வெளிப்படுத்துகிறது. இது ஆவி வழிபாட்டின் (Spirit Worship) ஒரு வடிவமாக, நீத்தார் வழிபாட்டின் தொல்வடிவத்தை நமக்குக் காட்டுகிறது.

3. பரணி இலக்கியங்களில் வீர வழிபாடு

போரில் வீரமரணம் அடைந்த வீரர்களை வழிபடும் வழக்கம், நடுகல் வழிபாட்டின் நீட்சியாகும். கலிங்கத்துப்பரணி போன்ற நூல்களில், போர்க்களத்தில் இறந்துபட்ட வீரர்களின் ஆவிகள் சாந்தியடையச் செய்யப்படும் சடங்குகள் விவரிக்கப்படுகின்றன. காளிக்குக் கூழ் சமைத்து, பேய்களுக்கு விருந்தளிக்கும் காட்சிகள், போரில் பலியான வீரர்களின் ஆவிகளைக் குளிர்விக்கும் ஒரு சமூகச் சடங்காகவே பார்க்கப்படுகிறது. இங்கு நீத்தார் வழிபாடு என்பது, வீரத்தைப் போற்றும் சமூக மனப்பான்மையின் வெளிப்பாடாகவும், போரின் கொடுமையால் உயிரிழந்த ஆன்மாக்களை அமைதிப்படுத்தும் ஒரு சமூகப் பொறுப்பாகவும் விளங்குகிறது.

சமூகப் பண்பாட்டுக் காரணிகள்

சிற்றிலக்கியங்களில் காணப்படும் நீத்தார் வழிபாட்டுப் பதிவுகளைச் சமூகப் பண்பாட்டு நோக்கில் பின்வருமாறு பகுக்கலாம்:

- **குடும்ப அமைப்பும் கடமையும்:** நீத்தார் வழிபாடு, ஒரு குடும்பத்தின் அல்லது குலத்தின் தொடர்ச்சியை உறுதி செய்கிறது. முன்னோரை வணங்குவது, இளைய தலைமுறையினருக்குத் தம் வேர்களை உணர்த்தும் ஒரு கடமையாகக் கற்பிக்கப்பட்டது.

- **நம்பிக்கைகளும் சடங்குகளும்:** முன்னோரின் ஆசி இருந்தால் குடும்பம் தழைக்கும், அவர்களின் கோபத்திற்கு ஆளானால் தீங்குகள் நேரும் என்ற நம்பிக்கை பரவலாக இருந்தது. படையல், நினைவு நாட்கள் அனுசரித்தல் போன்ற சடங்குகள் மூலம் முன்னோருடனான உறவு பேணப்பட்டது.

- **சமூகக் கட்டுப்பாடு:** குலவழக்கங்களையும், முன்னோரின் நெறிமுறைகளையும் மீறினால், நீத்தாரின் கோபத்திற்கு ஆளாக நேரிடும் என்ற நம்பிக்கை, ஒரு சமூகக் கட்டுப்பாட்டுக் கருவியாகவும் செயல்பட்டது. இது சமூகத்தின் ஒழுக்க நெறிகளைக் காப்பாற்ற உதவியது.

- **பண்பாட்டுத் தொடர்ச்சி:** சங்க காலத்தில் இருந்த நடுகல் வழிபாடு, பிற்காலத்தில் குலதெய்வ வழிபாடாகவும், வீட்டுத் தெய்வ வழிபாடாகவும் மாற்றம் பெற்றதைச் சிற்றிலக்கியங்கள் காட்டுகின்றன. இதன் மூலம், காலமாற்றத்திற்கேற்ப பண்பாட்டுக் கூறுகள் எவ்வாறு தொடர்ச்சியுறுகின்றன என்பதை அறிய முடிகிறது.

முடிவுரை

மேற்கண்ட ஆய்வின்வழி, சிற்றிலக்கியங்கள் செவ்விலக்கியங்களைப் போலன்றி, சாதாரண மக்களின் உண்மையான வாழ்வியல் பதிவுகளாக விளங்குகின்றன என்பது தெளிவாகிறது. தமிழர் மரபின் தொன்மையான நீத்தார் வழிபாடு, சிற்றிலக்கியங்களில் வெறும் சடங்காக மட்டும் காட்டப்படாமல், அது மக்களின் சமூக, பொருளாதார, உளவியல் வாழ்வோடு பின்னிப் பிணைந்த ஒரு பண்பாட்டுக் கூறாகவே சித்தரிக்கப்பட்டுள்ளது.

பள்ளுவில் குலத்தின் காவலராகவும், குறவஞ்சியில் வழிகாட்டும் சக்தியாகவும், பரணியில் போற்றப்படும் வீரர்களாகவும் முன்னோர் சித்தரிக்கப்படுகின்றனர். எனவே, தமிழரின் சமூகப் பண்பாட்டு வரலாற்றை அதன் அடித்தளத்திலிருந்து புரிந்துகொள்ள, சிற்றிலக்கியங்களில்

பதிவாகியுள்ள நீத்தார் வழிபாடு குறித்த பதிவுகள் மிக இன்றியமையாத சான்றுகளாகும்.

துணைநூற்பட்டியல்

1. ஜெயசிங், மு. (பதிப்.). (2005). *முக்கூடற்பள்ளு மூலமும் உரையும்*. நியூ செஞ்சுரி புக் ஹவுஸ்.

2. பத்மதேவன், தி. (பதிப்.). (2010). *கலிங்கத்துப்பரணி மூலமும் உரையும்*. சாரதா பதிப்பகம்.

3. சுப்பிரமணியன், ச. வே. (2003). *தமிழ் இலக்கிய வரலாறு*. மணிவாசகர் பதிப்பகம்.

4. வேலுப்பிள்ளை, ஆ. (1985). *தமிழர் சமய வரலாறு*. பாரி புத்தகப் பண்ணை.

5. மாணிக்கம், வ. சுப. (1994). *தமிழ்க்காதல்*. மெய்யப்பன் பதிப்பகம்.

6. திருநாவுக்கரசு, க. த. (1998). *திராவிடர் பண்பாடு*. உலகத் தமிழாராய்ச்சி நிறுவனம்.

13. தமிழ் பண்பாட்டு மரபு பாதுகாப்பில் நூலகங்களின் பங்கு

முன்னுரை

ஒரு சமூகத்தின் நாகரிக வளர்ச்சியும் அதன் அடையாளமும், அந்தச் சமூகம் தன் அறிவுச் செல்வங்களை எவ்வாறு பாதுகாக்கிறது என்பதுடன் நேரடியாக தொடர்புடையதாகும். பண்பாட்டு மரபு என்பது கடந்த கால நினைவுகளின் தொகுப்பாக மட்டுமல்ல; அது நிகழ்கால சிந்தனைகளையும் எதிர்கால வளர்ச்சியையும் வழிநடத்தும் உயிருள்ள அறிவு மூலமாகும். இத்தகைய மரபுகளை முறையாகச் சேகரித்து, பாதுகாத்து, பரப்பும் நிறுவனங்களாக நூலகங்கள் செயல்படுகின்றன.

தமிழ் மொழி மற்றும் பண்பாடு உலகின் மிகப் பழமையான தொடர்ச்சியான மரபுகளில் ஒன்றாகக் கருதப்படுகிறது. சங்க இலக்கிய காலம் முதல் தற்கால டிஜிட்டல் காலம் வரை, தமிழ் சமூகத்தின் அறிவு மரபு பல்வேறு வடிவங்களில் வளர்ந்து வந்துள்ளது. இம்மரபுகளின் தொடர்ச்சியை உறுதி செய்யும் அறிவு நிறுவனங்களாக நூலகங்கள் விளங்குகின்றன. ஆகவே, தமிழ் பண்பாட்டு மரபு பாதுகாப்பில் நூலகங்களின் பங்கு ஆய்வுக்குரிய முக்கியத் துறையாக அமைகிறது.

இந்த ஆய்வில் தமிழ் பண்பாட்டு மரபின் பரிமாணங்களை விளக்குதல், பாரம்பரிய நூலகங்கள் மேற்கொண்ட மரபுப் பாதுகாப்புப் பணிகளை ஆய்வு செய்தல், டிஜிட்டல் நூலகங்கள் மரபுப் பாதுகாப்பில் ஏற்படுத்திய மாற்றங்களை மதிப்பீடு செய்தல், நூலகங்களை கலாச்சார நினைவக நிறுவனங்களாக (Cultural Memory Institutions) புரிந்துகொள்ளுதல் ஆகியன ஆராயப்படுகின்றன இவ்வாய்வு, நூலக அறிவியல், தமிழ் இலக்கிய ஆய்வு, பண்பாட்டு ஆய்வு ஆகிய துறைகளுக்கிடையே உள்ள தொடர்புகளை வெளிப்படுத்துவதால் முக்கியத்துவம் பெறுகிறது.

தமிழ் பண்பாட்டு மரபு: கருத்தும் பரப்பும்

தமிழ் பண்பாட்டு மரபு என்பது ஒரு காலக்கட்டத்திற்குள் சுருங்கிய ஒன்றல்ல; அது ஆயிரக்கணக்கான ஆண்டுகளாக உருவெடுத்து வந்த சமூக அனுபவங்களின், அறிவுச் செயல்பாடுகளின் மற்றும் வாழ்வியல் நடைமுறைகளின் தொடர்ச்சியான வெளிப்பாடாகும். மொழி, இலக்கியம், சமயம், கலை, கல்வெட்டு மரபு, நாட்டுப்புற மரபுகள், சடங்குகள், வாழ்வியல் வழக்காறுகள் ஆகிய அனைத்தும் இணைந்து உருவாக்கும் ஒருங்கிணைந்த அமைப்பே "தமிழ் பண்பாட்டு மரபு" எனக் கருதப்படுகிறது. இம்மரபு, தனிமனித அனுபவங்களையும் சமூக நினைவுகளையும் ஒருங்கே தாங்கி நிற்கும் பண்பைக் கொண்டதாக விளங்குகிறது.

சங்க இலக்கியங்கள் தமிழ்ப் பண்பாட்டின் முதன்மை எழுத்துச் சான்றுகளாக விளங்குகின்றன. அகநானூறு, புறநானூறு, குறுந்தொகை, ஐங்குறுநூறு போன்ற நூல்களில் வெளிப்படும் காதல், வீரம், தியாகம், சமூக ஒழுக்கம், பொருளாதார வாழ்க்கை ஆகிய கூறுகள், அக்காலத் தமிழ்ச் சமூகத்தின் பண்பாட்டு அடையாளங்களை விளக்குகின்றன. மு. வரதராசன் (1988) சங்க இலக்கியங்களை "தமிழ் சமூகத்தின் வாழ்க்கை கண்ணாடி" எனக் குறிப்பிடுகிறார். இதன் மூலம், தமிழ்ச் சமூகத்தில் பண்பாடு என்பது அரசியல் அல்லது சமய அமைப்புகளால் மட்டும் வரையறுக்கப்படவில்லை; அது மக்களின் அன்றாட வாழ்வியலோடு இணைந்ததாக இருந்தது என்பதைக் காண முடிகிறது.

பக்தி இலக்கிய காலத்தில் தமிழ் பண்பாட்டு மரபு புதிய பரிமாணத்தை அடைந்தது. தேவாரம், திருவாசகம், நாலாயிர திவ்ய பிரபந்தம் போன்ற நூல்கள், ஆன்மீக உணர்வுகளை சமூக ஒழுக்கத்துடனும் மனிதநேயத்துடனும் இணைத்துப் பேசுகின்றன. ஆண்டாள், காரைக்கால் அம்மையார் போன்ற பெண் புலவர்கள், பக்தியை தனிப்பட்ட ஆன்மீக அனுபவமாக மட்டுமல்லாது சமூகப் பரிமாணம் கொண்ட பண்பாட்டுச் செயல்பாடாக மாற்றியமைத்தனர். கா. சிவத்தம்பி (1999) கூறுவது போல, "பக்தி

இலக்கியம் தமிழ் பண்பாட்டை பொதுமக்களிடையே வேரூன்றச் செய்த இயக்கமாகும்.”

சித்தர் இலக்கியங்கள் தமிழ் பண்பாட்டு மரபின் தத்துவப் பரிமாணத்தை வெளிப்படுத்துகின்றன. அகத்தியர், திருமூலர், பட்டினத்தார் போன்ற சித்தர்கள், உடல்–மனம்–அறிவு ஆகிய மூன்றின் ஒருங்கிணைப்பை வலியுறுத்தியுள்ளனர். இவ்விலக்கியங்களில் காணப்படும் அறிவியல் சிந்தனை, மருத்துவ அறிவு, மனித சமத்துவம் போன்ற கருத்துகள், தமிழ்ப் பண்பாடு வெறும் ஆன்மீக மரபாக அல்ல; அறிவியல் மற்றும் சமூக சிந்தனைகளையும் உள்ளடக்கியது என்பதைக் காட்டுகின்றன.

தமிழ் பண்பாட்டின் இன்னொரு முக்கிய கூறாகக் கல்வெட்டு மற்றும் தொல்லியல் மரபுகள் விளங்குகின்றன. பாறைக் கல்வெட்டுகள், செப்பேடுகள், நாணயங்கள், கோயில் சிற்பங்கள் ஆகியவை, தமிழ் சமூகத்தின் அரசியல், பொருளாதார, சமய மற்றும் கலை மரபுகளை ஆவணப்படுத்தும் முதன்மை ஆதாரங்களாக உள்ளன. இரா. நாகசாமி (2004) கல்வெட்டுகளை “தமிழ் வரலாற்றின் பேசாத சாட்சிகள்” என குறிப்பிடுகிறார். இவை, எழுத்து மரபு மட்டுமன்றி காட்சி மரபும் தமிழ் பண்பாட்டின் ஒரு அங்கமாக இருந்ததை உறுதி செய்கின்றன.

நாட்டுப்புற மரபுகள்—வாய்மொழிக் கதைகள், பாடல்கள், சடங்குகள், பழக்கவழக்கங்கள்—தமிழ் பண்பாட்டின் உயிரோட்டமான கூறுகளாக விளங்குகின்றன. இவை பெரும்பாலும் எழுத்து வடிவில் பதிவு செய்யப்படாதவையாக இருந்தாலும், சமூக நினைவுகளை தலைமுறை தலைமுறையாக கடத்தும் பணியைச் செய்துள்ளன. அ. ராமசாமி (2010) குறிப்பிடுவது போல, நாட்டுப்புற மரபுகள் “தமிழ் சமூகத்தின் அடிநிலை பண்பாட்டை” பிரதிபலிக்கின்றன.

இரா. நாகசாமி (2004) தமிழ்ப் பண்பாட்டை **எழுத்து, வாய்மொழி, காட்சி** என்ற மூன்று பரிமாணங்களின் ஒருங்கிணைப்பாக விளக்குகிறார். இந்தக் கருத்து, தமிழ் மரபின் பரப்பளவை முழுமையாகப் புரிந்துகொள்ள உதவுகிறது. எழுத்து

மரபு நூல்கள், கல்வெட்டுகள் மூலம் பாதுகாக்கப்படுகிறது; வாய்மொழி மரபு கதைகள், பாடல்கள், சடங்குகள் வழியாக வாழ்கிறது; காட்சி மரபு சிற்பம், ஓவியம், கட்டிடக்கலை ஆகியவற்றில் வெளிப்படுகிறது. இம்மூன்று பரிமாணங்களும் ஒன்றை ஒன்று சார்ந்தவையாக இருப்பதால், அவற்றை ஒருங்கிணைத்து பாதுகாப்பது அத்தியாவசியமானதாகிறது.

இத்தகைய பன்முகத் தமிழ் பண்பாட்டு மரபுகளை ஒருங்கிணைத்து தமிழ் பண்பாட்டு மரபு என்பது மொழி, இலக்கியம், சமயம், கலை, கல்வெட்டு மரபு, நாட்டுப்புற மரபுகள், வாழ்வியல் வழக்காறுகள் ஆகியவற்றின் ஒருங்கிணைந்த தொகுப்பாகும். இவை அனைத்தும் சமூகத்தின் அறிவுச் செல்வத்தை வடிவமைக்கின்றன. சங்க இலக்கியங்களில் காணப்படும் சமூக வாழ்வு, பக்தி இலக்கியங்களில் வெளிப்படும் ஆன்மீகச் சிந்தனை, சித்தர் இலக்கியங்களில் காணப்படும் தத்துவ நோக்கு—all contribute significantly to Tamil cultural continuity (நாகசாமி, 2004, ப. 32).

நூலகங்கள், இந்த பண்பாட்டு மரபுகளை சேமித்து, வகைப்படுத்தி, சமூகத்திற்கு பரப்புவதில் முக்கிய பங்கு வகிக்கின்றன. நூலகங்கள் வெறும் புத்தகக் களஞ்சியமாக அல்ல; அது ஒரு **கலாச்சார பாதுகாப்பு மையமாக**, சமூகத்திற்கும் வருங்கால சந்ததியினருக்கும் அறிவுப் பயன்முறைகளை வழங்கும் இடமாக விளங்குகிறது (சாமிநாதையர், 2010, ப. 45). தமிழ் பண்பாட்டின் பன்முக அம்சங்கள் — எழுத்து, வாய்மொழி, காட்சி — இவை அனைத்தையும் ஒருங்கிணைத்துப் பாதுகாப்பது நூலகங்களின் முதன்மை நோக்கங்களில் ஒன்றாகும் (நாகசாமி, 2004, ப. 35).

சேகரிக்கவும், பாதுகாக்கவும், ஆய்விற்கும் சமூகப் பயன்பாட்டிற்கும் கொண்டு வரவும் நூலகங்கள் முக்கிய நிறுவனங்களாக விளங்குகின்றன. நூலகங்கள் இலக்கிய நூல்களை மட்டுமல்லாது, கல்வெட்டு நகல்கள், ஓலைச்சுவடிகள், நாட்டுப்புற ஆவணங்கள், டிஜிட்டல் காப்பகங்கள் போன்றவற்றை ஒரே இடத்தில் பாதுகாக்கும் அறிவு மையங்களாக செயல்படுகின்றன. எனவே, தமிழ் பண்பாட்டு மரபின் தொடர்ச்சியும் அதன் எதிர்காலப்

பாதுகாப்பும் நூலக அமைப்புகளின் செயல்திறனோடு நேரடியாக தொடர்புடையதாகக் காணப்படுகிறது.

தமிழ் மொழி மற்றும் இலக்கிய மரபு

தமிழ் மொழி தமிழ் பண்பாட்டு அடையாளத்தின் மூலக்கட்டுமானம் ஆகும். சங்க இலக்கியங்கள், சங்கப்பிரவாணிகள், அகநானூறு, புறநானூறு போன்றவை சமூக வாழ்வின் ஒழுங்கும் பெண்கள், குடும்பப் பாரம்பரியம், கல்வி குறித்தத் தகவல்களையும் வழங்குகின்றன (வரதராசன், 1988, ப. 56). இந்த இலக்கியங்கள், காலத்தை தாண்டி தொடர்ந்து வாசிப்பு மற்றும் ஆய்வுக்கூடங்களின் மூலம் பரப்பப்படுகின்றன.

பக்தி இலக்கியங்கள், குறிப்பாக ஆண்டாள், நம்மாழ்வார் போன்றவர், பெண்களின் ஆன்மீக மற்றும் சமூகச் சிந்தனைகளை வெளிப்படுத்தியுள்ளார்கள் (மணி, 2002, ப. 78). இந்நிகழ்ச்சிகளில் பெண்கள் எழுத்தாளர்கள் தனது கலைப் பண்பின் மூலம் சமூகச் சூழலை விமர்சித்தனர். நூலகங்களில் உள்ள சொற்பொழிவு நூல்கள், அச்சுப் பதிப்புகள், ஆவணங்கள் இதற்கான முதன்மை ஆதாரமாக செயல்பட்டுள்ளன (இரா. நாகசாமி, 2004, ப. 39).

பாரம்பரிய கலை மற்றும் சமூக வழக்குகள்

தமிழ் பண்பாட்டின் இன்னொரு முக்கிய அம்சம் பாரம்பரிய கலை மற்றும் சமூக வழக்குகள் ஆகும். கோவில் சிற்பக்கலை, நாட்டுப்புற நாடகங்கள், பாரம்பரிய இசை மற்றும் நடனக் கலைகள் சமூகத்தின் மதிப்பீடு மற்றும் கல்வியின் அடிப்படையாக செயல்பட்டுள்ளன (சாமிநாதையர், 2010, ப. 50). இவற்றை நூலகங்கள் ஆவணப்படுத்தி, **டிஜிட்டல் நூலகங்கள், மின்னணு காப்பகங்கள், வெளியீடு சேமிப்பு திட்டங்கள்** மூலமாக பரப்புகின்றன.

இரா. நாகசாமி (2004, ப. 42) குறிப்பிடுவது போல, தமிழ் பண்பாட்டு மரபு எழுதப்பட்ட மற்றும் வாய்மொழியில் பரிமாறப்பட்ட மூன்று பரிமாணங்களின் ஒருங்கிணைப்பாக உருவாகியுள்ளது. இதனால், தமிழ் பண்பாட்டின் ஆராய்ச்சி, கல்வி,

கலாச்சார பரப்புரை ஆகியவை ஒருங்கிணைந்த முறையில் முன்னேறுகின்றன.

மேலும், சமூக விழிப்புணர்வு நிகழ்ச்சிகள், புத்தக வெளியீடு விழாக்கள், மற்றும் கல்வி மையங்கள் மூலம், பெண்கள் மற்றும் பொதுமக்கள் பாரம்பரிய தமிழ் பண்பாட்டைப் பற்றிய விழிப்புணர்வை வளர்க்க முடிகிறது (UNESCO, 2021, p. 18). இத்தகைய நடவடிக்கைகள், **பெண்களின் நூலக அணுகலை ஊக்குவித்து**, சமூக மாற்றத்தின் ஒரு கருவியாகும்.

பாரம்பரிய நூலகங்கள் மற்றும் மரபுப் பாதுகாப்பு

தமிழ் பண்பாட்டு மரபின் நீடித்த பரம்பரை மற்றும் அறிவுச் செல்வத்தை பாதுகாப்பதில் **பாரம்பரிய நூலகங்கள்** முக்கிய பங்கு வகிக்கின்றன. இவை வெறும் புத்தகக் களஞ்சியமாக அல்ல; அது சமுதாயத்தின் அறிவுச் செல்வத்தை சேமித்து பரப்பும், வருங்கால சந்ததியினருக்கான கல்வி மற்றும் ஆராய்ச்சி மையமாக செயல்படுகின்றன (சாமிநாதையர், 2010, ப. 45).

ஓலைச்சுவடிகள் மற்றும் கையெழுத்துப் படிகள்

தமிழ் இலக்கிய மரபின் அடிப்படை ஆதாரங்களாக **ஓலைச்சுவடிகள்** மற்றும் **கையெழுத்துப் படிகள்** விளங்குகின்றன. சங்க காலத்தில் இருந்து பக்தி இலக்கியம் வரை, இலக்கணம், இலக்கியம், மருத்துவம், ஜோதிடம், சமயம், கணிதம் போன்ற துறைகளின் நூல்கள் பெரும்பாலும் ஓலைச்சுவடிகளாகவே பாதுகாக்கப்பட்டன (நாகசாமி, 2004, ப. 58). இவை மட்டுமல்லாமல், சமூக நிகழ்வுகள், குடும்ப வரலாறு, நாட்டுப்புற கலை மற்றும் பாரம்பரிய பாடல்களின் குறிப்பு ஆகியவை போன்ற பண்பாட்டு தகவல்களும் ஓலைச்சுவடிகளில் பதிவாகியிருந்தன (வரதராசன், 1988, ப. 62).

பாரம்பரிய நூலகங்கள், குறிப்பாக **தஞ்சை சரஸ்வதி மஹால் நூலகம்**, **திருவாவடுதுறை ஆதீனம் நூலகம்**, **தருமபுரம் ஆதீனம் நூலகம்** போன்றவை தமிழ் மரபுப் பாதுகாப்பின் முக்கிய மையங்களாக செயல்படுகின்றன (சாமிநாதையர், 2010, ப. 48).

இந்நூலகங்களில் கையெழுத்துப் படிகள் மற்றும் ஓலைச்சுவடிகள் முறையாக வகைப்படுத்தப்பட்டு, பாதுகாக்கப்படுவதால், சங்க கால இலக்கியங்கள், பக்தி நூல்கள், சித்தர் நூல்கள் ஆகியவற்றின் தொடர் பரம்பரை நிலைநாட்டப்பட்டுள்ளது (நாகசாமி, 2004, ப. 60).

உ.வே. சாமிநாதையர் மேற்கொண்ட சுவடி சேகரிப்பு பணி இல்லையெனில், பல சங்க இலக்கியங்கள் இன்றைக்கு கிடைக்காது என்பது ஆய்வாளர்களின் ஒருமித்த கருத்தாகும் (சாமிநாதையர், 2010, ப. 50). அவர் தொடங்கிய திட்டங்கள், நூலகங்களில் பங்கு பெற்ற திரட்டல்கள் மற்றும் பாதுகாப்பு முயற்சிகள் தமிழ் பண்பாட்டின் நீடித்த பரம்பரைக்கு அடித்தளமாக விளங்குகின்றன.

மேலும், பாரம்பரிய நூலகங்களில் **மின்னணு காப்பகங்கள், டிஜிட்டல் சேமிப்பு திட்டங்கள், ஆன்லைன் தரவுத்தளங்கள்** போன்ற நவீன தொழில்நுட்பங்களை இணைத்தல், பழமையான கையெழுத்துப் படிகளை பாதுகாப்பதோடு, பெரும் பரப்புரையில் அறிமுகப்படுத்துவதற்கும் உதவுகிறது (UNESCO, 2021, p. 18). இதன் மூலம், சமகால ஆராய்ச்சியாளர்கள், மாணவர்கள் மற்றும் பொதுமக்கள் பழமையான தமிழ் பண்பாட்டையும், கல்வி மற்றும் அறிவுச் செல்வத்தையும் அணுகக்கூடியதாகியுள்ளது.

நூலகங்களின் அடிப்படை பணிகள்

நூலகங்கள் **தமிழ் பண்பாட்டு மரபின் பாதுகாப்பும் பரப்பும் மையங்கள்** ஆகும். இவை மூன்று அடிப்படை பணிகளைக் கொண்டுள்ளன: **சேகரிப்பு (Collection), பாதுகாப்பு (Preservation), பரப்புரை (Dissemination)**. இவை இணைந்து பண்பாட்டு அறிவு மற்றும் கல்வி பரம்பரையை உறுதிப்படுத்துகின்றன (சாமிநாதையர், 2010, ப. 52).

சேகரிப்பு (Collection)

நூலகங்களில் அரிய நூல்கள், இதழ்கள், ஓலைச்சுவடிகள், கையெழுத்துப் படிகள், கல்வெட்டு நகல்கள், நாட்டுப்புறப்

பாடல்கள் போன்ற **பாரம்பரிய மற்றும் வரலாற்றுச் சொத்துகளை** திட்டமிட்டு சேகரிப்பது முதன்மை பணியாகும் (நாகசாமி, 2004, ப. 64). சேகரிப்பு இல்லாமல் தமிழ் பண்பாட்டின் மரபுப் பாதுகாப்பு சாத்தியமில்லை.

உ.வே. சாமிநாதையர் மேற்கொண்ட சேகரிப்பு முயற்சிகள், குறிப்பாக சங்க இலக்கியங்கள், பக்தி நூல்கள் மற்றும் நாட்டுப்புற ஆவணங்களை தொகுத்தல், தமிழ்ப் பண்பாட்டின் தொடர்ச்சிக்கான அடித்தளமாக செயல்பட்டுள்ளன (சாமிநாதையர், 2010, ப. 55).

பாதுகாப்பு (Preservation)

சேகரிக்கப்பட்ட பாரம்பரிய நூல்கள், சுவடிகள் மற்றும் கையெழுத்துப் படிகளை **அமிலமற்ற காகிதம், வெப்பநிலை மற்றும் ஈரப்பத கட்டுப்பாடு, ஓலைச்சுவடி மறுசீரமைப்பு** போன்ற அறிவியல் முறைகளின் மூலம் பாதுகாப்பது அவசியம் (வரதராசன், 1988, ப. 70).

நூலகங்களில் பயன்படுத்தப்படும் பாதுகாப்பு நடைமுறைகள், பழமையான கையெழுத்துப் படிகளை சேதமடைந்துவிடாமல் நீடித்த காலத்திற்கு பாதுகாப்பதை உறுதிப்படுத்துகின்றன (நாகசாமி, 2004, ப. 66).

பரப்புரை (Dissemination)

பாரம்பரிய நூல்கள் மற்றும் கலைச் சொத்துகளை சமூகத்திற்கு **பதிப்புகள், கண்காட்சிகள், ஆய்வுக் கருத்தரங்குகள், கல்வி நிகழ்ச்சிகள், டிஜிட்டல் நூலக அணுகல்** ஆகிய வழிகளால் பரப்புவது நூலகங்களின் முக்கியப் பணிகளில் ஒன்றாகும் (UNESCO, 2021, ப. 20).

இத்தகைய பரப்புரை நடவடிக்கைகள், பொதுமக்கள் மற்றும் ஆராய்ச்சியாளர்களுக்கு பாரம்பரிய அறிவை அணுகுவதற்கான வாய்ப்புகளை வழங்குவதோடு, தமிழ் பண்பாட்டின் **பல்வேறு பரிமாணங்களை சமூகத்தில் கைகோர்க்க உதவுகின்றன** (சாமிநாதையர், 2010, ப. 58).

டிஜிட்டல் நூலகங்கள் மற்றும் மரபுப் பாதுகாப்பு

21ஆம் நூற்றாண்டில் நூலகங்கள் **டிஜிட்டல் மாற்றத்தை எதிர்கொள்கின்றன**, மற்றும் பாரம்பரிய நூலகங்களின் சேமிப்பு, பாதுகாப்பு மற்றும் பரப்புரை பணிகளை அதிகம் விரிவாக்குகின்றன (UNESCO, 2021, p. 18). டிஜிட்டல் நூலகங்கள் தமிழ் பண்பாட்டு மரபின் அணுகலை **உலகளாவிய அளவில்** விரிவுபடுத்தும் முக்கிய கருவியாக செயல்படுகின்றன.

உதாரணமாக, **Project Madurai** இலக்கியக் கையெழுத்துப் படிகளை டிஜிட்டல் வடிவில் வெளியிடி, ஆய்வாளர்கள் மற்றும் பொதுமக்களுக்கு இலவசமாக அணுகல் வழங்கியுள்ளது (நாகசாமி, 2004, ப. 68). இதனால் சங்க இலக்கியங்கள், பக்தி நூல்கள் மற்றும் நாட்டுப்புற பாடல்கள் போன்ற பாரம்பரிய ஆவணங்கள் உலகெங்கும் அறியப்படுகின்றன.

Tamil Virtual Academy மற்றும் **National Digital Library of India** போன்ற திட்டங்கள், தமிழ் கல்வி, பண்பாடு மற்றும் இலக்கியத்தை டிஜிட்டல் வடிவில் சேகரித்து, பயனாளர்களுக்கு விரைவாக, எளிதாக, திறந்த அணுகலை வழங்குகின்றன (UNESCO, 2021, p. 20). இத்தகைய அணுகல் சமகால ஆராய்ச்சியாளர்களுக்கும், மாணவர்களுக்கும், சமூக ஆர்வலர்களுக்கும் பெரும் பயனாக உள்ளது.

UNESCO (2021, p. 19) அறிக்கையின் படி, **டிஜிட்டல் நூலகங்கள் கலாச்சார அறிவின் சமத்துவ அணுகலை உறுதி செய்கின்றன**, மற்றும் பாரம்பரிய நூலகங்களை விட அதிகமான பயனாளர்களை அடைய உதவுகின்றன. இதனால், தமிழ் பண்பாட்டின் பாரம்பரிய நூல்கள் மற்றும் கலைச்சொத்துகள் புதிய தலைமுறைக்கு **தொடர் அறிவுப் பயன்முறையாக** வெளிப்படுகின்றன.

மேலும், டிஜிட்டல் நூலகங்கள் பெண்கள், மாணவர்கள், மற்றும் ஊர்ப்புற மக்களுக்கு தகவல் மற்றும் கல்வி வளங்களை

எளிதில் அணுக அனுமதிக்கும் போது, **பாலின சமத்துவம் மற்றும் சமூக மாற்றத்திற்கும் உதவுகிறது** (சாமிநாதையர், 2010, ப. 60).

நூலகங்கள்: கலாச்சார நினைவக நிறுவனங்கள்

நூலகங்கள் ஒரு சமூகத்தின் **collective cultural memory-**ஐ பாதுகாக்கும் முக்கிய நிறுவனங்கள் ஆகும் (சாமிநாதையர், 2010, ப. 62). பாதுகாக்கப்படும் ஆவணங்கள், நூல்கள், ஓலைச்சுவடிகள் மற்றும் கையெழுத்துப் படிகள் சமூகத்தின் அடையாளத்தை உருவாக்குகின்றன. இதன் மூலம், நூலகங்கள் **கலாச்சார அடையாளத்தின் காவலர்கள்** மற்றும் பன்முக பண்பாட்டு தகவல்களை பரப்பும் மையங்களாக செயல்படுகின்றன (நாகசாமி, 2004, ப. 70).

தமிழ் பண்பாட்டு மரபின் எழுத்து, வாய்மொழி, காட்சி ஆகிய மூன்று பரிமாணங்களின் ஒருங்கிணைப்பை நூலகங்கள் சேமித்து, பரப்புவதன் மூலம் சமூக விழிப்புணர்வை ஊக்குவிக்கின்றன. இத்தகைய பரப்புரை, பாரம்பரிய பண்பாட்டு மரபுகளின் **நீடித்த பரம்பரை மற்றும் கலாச்சார உறுதிப்பாடு**க்கு அடித்தளமாக அமைகிறது (UNESCO, 2021, ப. 21).

சவால்கள்

நூலகங்கள் தமிழ் பண்பாட்டின் பாதுகாப்பில் முக்கிய பங்காற்றினாலும், சில **சவால்களை** எதிர்கொள்கின்றன:

- **நிதி பற்றாக்குறை**: நூலகங்களின் சேகரிப்பு, பாதுகாப்பு, டிஜிட்டலைசேஷன் முயற்சிகளுக்கு போதுமான நிதி ஆதரவு இல்லாமை (சாமிநாதையர், 2010, ப. 63).
- **பயிற்சி பெற்ற மனிதவளக் குறைவு**: பண்டைய ஆவணங்கள் மற்றும் டிஜிட்டல் சாதனங்களை பாதுகாப்பதற்கான திறமையான நூலகர்கள் குறைவு (நாகசாமி, 2004, ப. 72).

- ***பழைய ஆவணங்களின் சிதைவு***: ஓலைச்சுவடிகள் மற்றும் கையெழுத்துப் படிகள் காலத்தால் சேதமடைந்துள்ளன (வரதராசன், 1988, ப. 75).
- ***டிஜிட்டல் உட்கட்டமைப்பு குறைவு***: டிஜிட்டல் நூலகங்கள் மற்றும் ஆன்லைன் தரவுத்தளங்களுக்கு தேவையான நவீன உட்கட்டமைப்புகள் முழுமையாக இல்லாமை (UNESCO, 2021, p. 22).

இத்தகைய சவால்கள், தமிழ் பண்பாட்டின் பாதுகாப்பையும் பரப்புரையையும் நேரடியாக பாதிக்கின்றன.

பரிந்துரைகள்

நூலகங்கள் எதிர்கொள்ளும் சவால்களை சமாளிக்க சில **தற்போதைய பரிந்துரைகள்** பின்வருமாறு:

- ***மரபுப் பாதுகாப்புக்கான தனி நிதி ஒதுக்கீடு***: நூலகங்களின் சேகரிப்பு, பாதுகாப்பு மற்றும் டிஜிட்டலைசேஷன் நடவடிக்கைகளுக்கு தனி நிதி ஆதரவு வழங்க வேண்டும் (சாமிநாதையர், 2010, ப. 64).
- ***நூலகர்களுக்கான தொழில்நுட்பப் பயிற்சி***: டிஜிட்டல் நூலகம், மின்னணு காப்பகம் மற்றும் பாதுகாப்பு நடைமுறைகளில் நூலகர்கள் திறமையாக பயிற்சி பெற வேண்டும் (நாகசாமி, 2004, ப. 74).
- ***ஓலைச்சுவடி டிஜிட்டலைசேஷன் விரைவாக்கம்***: பழமையான கையெழுத்துப் படிகள் மற்றும் ஓலைச்சுவடிகளை டிஜிட்டல் வடிவில் சேமித்து பரப்ப வேண்டும் (வரதராசன், 1988, ப. 77).
- ***சர்வதேச அமைப்புகளுடன் ஒத்துழைப்பு***: UNESCO போன்ற சர்வதேச நிறுவனங்களுடன் இணைந்து, தரநிலை உயர்ந்த பாதுகாப்பு மற்றும் பரப்புரை திட்டங்களை செயல்படுத்த வேண்டும் (UNESCO, 2021, p. 23).

இத்தகைய பரிந்துரைகள் நூலகங்கள், சமூகத்திற்கும், வருங்கால சந்ததிகளுக்கும் **பாரம்பரிய தமிழ் பண்பாட்டின் நிலைத்த பரம்பரையை உறுதிப்படுத்தும் வழியாக** அமைகின்றன.

முடிவுரை

தமிழ் பண்பாட்டு மரபு சமூகத்தின் வரலாற்று நினைவாக மட்டுமல்லாது, அதன் அடையாளம் மற்றும் அறிவுச் தொடர்ச்சியாகவும் விளங்குகிறது. இம்மரபுகளைச் சேகரித்து, பாதுகாத்து, அடுத்த தலைமுறைகளுக்கு எடுத்துச் செல்லும் முக்கிய அறிவு நிறுவனங்களாக நூலகங்கள் செயல்படுகின்றன. ஓலைச்சுவடிகள், இலக்கியங்கள், கல்வெட்டுகள் மற்றும் நாட்டுப்புற ஆவணங்கள் போன்ற பண்பாட்டு ஆதாரங்களை நூலகங்கள் பாதுகாக்காவிட்டால், தமிழ் பண்பாட்டின் பல பரிமாணங்கள் காலப்போக்கில் மறைந்துவிடும் அபாயம் உள்ளது.

தற்காலத்தில் டிஜிட்டல் நூலகங்களின் வளர்ச்சி, தமிழ் பண்பாட்டு மரபுகளை உலகளாவிய அறிவு வெளிக்குள் கொண்டு செல்லும் புதிய வாய்ப்புகளை உருவாக்கியுள்ளது. பாரம்பரிய மற்றும் டிஜிட்டல் நூலகங்கள் ஒருங்கிணைந்து செயல்படும் போது, பண்பாட்டு மரபு பாதுகாப்பு மேலும் வலுப்பெறும். எனவே, நூலகங்களை பண்பாட்டு நினைவகங்களாகக் கருதி, அவற்றை ஆதரிக்கும் கொள்கைகள் மற்றும் நடைமுறை முயற்சிகள் மேற்கொள்ளப்படும்போது மட்டுமே தமிழ் பண்பாட்டின் தொடர்ச்சியும் உயிர்ப்பும் உறுதி செய்யப்படும்.

பயன்பட்ட நூல்கள்

- **மு. வரதராசன்** (1988), *தமிழ் இலக்கிய வரலாறு*, சென்னை: சாகித்ய அகாதமி.
- **இரா. நாகசாமி** (2004), *தமிழர் பண்பாடும் நாகரிகமும்*, தஞ்சாவூர்: தமிழ்ப் பல்கலைக்கழகம்.
- **கா. சிவத்தம்பி** (1999), *தமிழ்ச் சமூகமும் இலக்கியமும்*, கொழும்பு: குமரன் புத்தக இல்லம்.

- **அ. ராமசாமி** (2010), *தமிழ் இலக்கியக் கோட்பாடுகள்*, சென்னை: நியூ செஞ்சுரி புக் ஹவுஸ்.
- UNESCO. (2017). *Libraries and Women Empowerment*.
- IFLA. (2018). *Access to Information and Gender Equality*.

14. பெண்களுக்கான நூலக அணுகல்

(பெண்களுக்கான நூலக அணுகல் மற்றும் தமிழ் பெண் எழுத்தாளர்களின் தகவல் சிந்தனைகள்)

முன்னுரை

நூலகம் என்பது அறிவுச் சேகரிப்பிற்கான இடம் மட்டுமல்ல; அது சமூக சிந்தனைகள் உருவாகும் அறிவு நிறுவனமாகவும் செயல்படுகிறது. உலகளாவிய ஆய்வுகள், பெண்களின் கல்வி முன்னேற்றத்துக்கும் சமூக அதிகாரப் பெறுதலுக்கும் நூலக அணுகல் அடிப்படை உரிமை என வலியுறுத்துகின்றன (UNESCO, 2017). ஆனால் பாரம்பரிய சமூக அமைப்புகளில் பெண்களின் வாசிப்பு உரிமை குடும்பம், பாலின அரசியல், பொருளாதார கட்டுப்பாடுகள் போன்ற காரணங்களால் நீண்ட காலமாக ஒடுக்கப்பட்டு வந்துள்ளது.

தமிழ்ச் சமூகத்தில் பெண்களின் கல்வி வளர்ச்சி, குறிப்பாக எழுத்தாளர்களாக உருவெடுக்கும் செயல்முறை, நூலகங்கள் மற்றும் அறிவு ஆதாரங்களுடன் நெருங்கிய தொடர்புடையதாகும். தமிழ் பெண் எழுத்தாளர்கள் தங்கள் சமூக அனுபவங்களையும் சிந்தனைகளையும் வெளிப்படுத்துவதில் நூலகங்களில் கிடைத்த தகவல்கள் முக்கியப் பங்காற்றியுள்ளன. “Knowledge institutions determine who speaks, who writes, and who is remembered.” - Michel Foucault (1980). இந்தக் கருத்து பெண்களின் நூலக அணுகல் தொடர்பான ஆய்வின் தத்துவ அடிப்படையாக அமைகிறது.

பெண்களுக்கான நூலக அணுகல் : வரலாற்றுப் பார்வை

சங்க காலம்

சங்க காலத் தமிழ்ச் சமூகத்தில் பெண்கள் கல்வியறிவும் புலமையும் பெற்றிருந்தனர் என்பதற்கு சங்க இலக்கியங்களே முதன்மையான சான்றுகளாக விளங்குகின்றன. சங்க நூல்களில் இடம்பெறும் பெண் புலவர்களின் பாடல்கள், அக்காலத்தில்

பெண்கள் அறிவியல், சமூக, பண்பாட்டு சிந்தனைகளில் செயற்பாட்டாளர்களாக இருந்தனர் என்பதைத் தெளிவுபடுத்துகின்றன. இதன் மூலம், பெண்கள் கல்வியிலும் அறிவு பரிமாற்றத்திலும் புறக்கணிக்கப்பட்டவர்கள் அல்லர் என்பதைக் காண முடிகிறது.

சங்க இலக்கியங்களில் குறிப்பிடத்தக்க பெண் புலவர்களாக **ஆதி மந்தியார், நக்கண்ணையார், குறமகள் இளவெயினியார்** ஆகியோர் திகழ்கின்றனர். இவர்களின் பாடல்கள் காதல், வீரம், சமூக ஒழுக்கம், மனித உணர்வுகள் போன்ற பல பரிமாணங்களை வெளிப்படுத்துகின்றன. இவ்வகை ஆழமான சிந்தனைகள், பெண்கள் கல்வியறிவு பெற்றிருந்ததையும், மொழி, இலக்கிய மரபுகளில் தேர்ச்சி பெற்றிருந்ததையும் உறுதிப்படுத்துகின்றன.

மு. வரதராசன் சங்க இலக்கியங்களை ஆய்வு செய்து,

> "சங்க காலத்தில் பெண்கள் புலமை மறுக்கப்பட்டவர்கள் அல்லர்; அவர்கள் ஆண்களுடன் சமமாக இலக்கியப் பரப்பில் பங்கேற்றனர்" (மு. வரதராசன், 1988)

என்று குறிப்பிடுகிறார். இந்தக் கூற்று சங்க காலப் பெண்களின் அறிவுச் சுயநிலையை விளக்கும் முக்கியமான ஆய்வுச் சான்றாகக் கருதப்படுகிறது.

அக்காலத்தில் இன்றைய காலத்தைப் போல நூலகம் என்ற நிறுவன வடிவம் இல்லை. இருப்பினும், **ஓலைச்சுவடி மரபு** அறிவு சேமிப்புக்கும் பரிமாற்றத்திற்கும் முதன்மையான ஊடகமாக இருந்தது. புலவர்கள் தங்கள் படைப்புகளை ஓலைச்சுவடிகளில் பதிவு செய்து, அவற்றை அரசவைகளிலும் புலவர் மன்றங்களிலும் பரிமாறிக்கொண்டனர். இவ்வோலைச்சுவடிகள் சங்க காலத்தின் அறிவுக் களஞ்சியங்களாக செயல்பட்டன.

இரா. நாகசாமி சங்க கால அறிவு மரபுகளை விளக்கும்போது,

> "ஓலைச்சுவடிகள் தமிழ்ச் சமூகத்தின் அறிவுச் சேமிப்பு முறை; அவையே அக்கால நூலகச் செயல்பாட்டின் அடித்தளமாக இருந்தன" (இரா. நாகசாமி, 2004)

என்று கூறுகிறார். இதன் மூலம், சங்க காலத்தில் பெண்கள் இவ்வோலைச்சுவடி மரபுகளின் வழியாக அறிவைப் பெற்றும் பகிர்ந்தும் வந்திருக்க வாய்ப்பு இருந்தது என்பதும் தெளிவாகிறது.

சங்க கால சமூக அமைப்பில் பெண்கள் கல்வி பெறுதல் குடும்பம் மற்றும் சமூக மரபுகளுடன் இணைந்திருந்தது. அரசவைகளில், புலவர் கூடங்களில், அறிவுச் சூழல்கள் உருவாகியிருந்தன. இவ்விடங்களில் பெண்கள் பங்கேற்றதற்கான சான்றுகளாக பெண் புலவர்களின் பாடல்கள் அமைந்துள்ளன. இது, பெண்களின் அறிவு அணுகல் தனிப்பட்ட முயற்சியாக மட்டுமல்லாது, சமூக ரீதியாக ஏற்றுக்கொள்ளப்பட்ட ஒன்றாக இருந்ததையும் காட்டுகிறது.

எனவே, சங்க காலம் பெண்களுக்கான நூலக அணுகல் என்ற கருத்தின் ஆரம்ப நிலையாகக் கருதப்படலாம். நிறுவன ரீதியான நூலகங்கள் இல்லாவிட்டாலும், அறிவு சேகரிப்பு, பரிமாற்றம் மற்றும் பாதுகாப்பு ஆகிய பணிகளை ஓலைச்சுவடிகளும் புலவர் மரபுகளும் மேற்கொண்டன. இச்சூழலில் பெண்கள் அறிவு பெறுவதற்கும், அதை இலக்கிய வடிவில் வெளிப்படுத்துவதற்கும் வாய்ப்பு பெற்றிருந்தனர். இவ்வரலாற்றுப் பின்னணியே பிற்காலங்களில் தமிழ் பெண் எழுத்தாளர்கள் உருவெடுக்கும் அடித்தளமாக அமைந்தது.

பக்தி இலக்கிய காலம்

பக்தி இலக்கிய காலம் தமிழ்ச் சமூகத்தில் பெண்களின் ஆன்மீக மற்றும் அறிவுச் சிந்தனைகள் வெளிப்படத் தொடங்கிய முக்கியமான வரலாற்றுக் கட்டமாகும். சங்க காலத்தில் இருந்த புலவர் மரபுக்குப் பின்னர், பக்தி இயக்கம் அறிவு பரிமாற்றத்தின் வடிவத்தையே மாற்றியது. இலக்கியம் அரசவைகளில் மட்டுமின்றி, பொதுமக்கள் மத்தியில் பரவத் தொடங்கியது. இச்சூழலில்

பெண்கள் ஆன்மீக அனுபவங்களை இலக்கியமாக வெளிப்படுத்துவதற்கான வாய்ப்பு உருவானது.

இந்தக் காலகட்டத்தில் **ஆண்டாள்** தமிழ்ச் சமூகத்தின் முதல் முழுமையான பெண் கவிஞராகக் கருதப்படுகிறார். *திருப்பாவை* மற்றும் *நாச்சியார் திருமொழி* ஆகிய அவரது படைப்புகள், பெண் ஆன்மீக அனுபவம், பக்தி உணர்வு, மற்றும் சுயநிலை ஆகியவற்றை வெளிப்படுத்தும் இலக்கியங்களாக விளங்குகின்றன. ஆண்டாளின் இலக்கியத் திறன், அவர் சமய நூல்கள், புராணக் கதைகள் மற்றும் வைணவ தத்துவங்களை ஆழமாக அறிந்திருந்ததை உறுதிப்படுத்துகிறது. இவ்வறிவு, அவருக்கு கிடைத்த அறிவுச் சூழலின் விளைவாகவே அமைகிறது.

மு. வரதராசன் ஆண்டாளின் இலக்கியத்தைப் பற்றி,

> “ஆண்டாள் பெண் ஆன்மீக சிந்தனையின் உச்சம்; அவளது பாடல்களில் புலமை, உணர்ச்சி, தத்துவம் ஒன்றாக இணைந்துள்ளன” (மு. வரதராசன், 1988)

என்று குறிப்பிடுகிறார். இந்தக் கூற்று, பக்தி இலக்கிய காலத்தில் பெண்கள் அறிவு பெறும் வாய்ப்பு இருந்ததைத் தெளிவாகக் காட்டுகிறது.

பக்தி இலக்கிய காலத்தில் இன்றைய பொருளில் நூலகங்கள் இல்லாவிட்டாலும், **கோயில்கள் அறிவு மையங்களாக** செயல்பட்டன. கோயில்களுடன் இணைந்த மடங்கள், ஆசிரமங்கள், சமயப் பள்ளிகள் ஆகியவை நூல் சேகரிப்புகளைக் கொண்டிருந்தன. புராணங்கள், ஆகமங்கள், சமய விளக்க நூல்கள் ஆகியவை ஓலைச்சுவடிகளாக பாதுகாக்கப்பட்டு வந்தன. இவை அக்காலத்தின் அறிவுக் களஞ்சியங்களாகக் கருதப்படுகின்றன.

இரா. நாகசாமி கோயில்களின் பண்பாட்டு பங்கை விளக்கும்போது,

> “தமிழ்ச் சமூகத்தில் கோயில்கள் வழிபாட்டுத் தலங்களாக மட்டுமல்ல; கல்வி, இலக்கியம், கலை ஆகியவற்றின்

பாதுகாப்பு மையங்களாகவும் இருந்தன" (இரா. நாகசாமி, 2004)

என்று குறிப்பிடுகிறார். இவ்வாய்வுக் கருத்து, பெண்கள் கோயில் சார்ந்த அறிவு வளங்களை அணுகியிருக்கக்கூடிய சூழலை விளக்குகிறது.

பக்தி இலக்கிய காலத்தில் பெண்களின் அறிவு அணுகல் முழுமையாக சமமாக இருந்ததாகக் கூற முடியாது. இருப்பினும், ஆன்மீக வெளியில் பெண்கள் தங்களது குரலை வெளிப்படுத்துவதற்கான வாய்ப்பு உருவானது என்பது குறிப்பிடத்தக்கது. ஆண்டாள் போன்ற பெண் கவிஞர்கள், சமூக கட்டுப்பாடுகளை மீறி, அறிவு மற்றும் ஆன்மீக அனுபவங்களை இலக்கியமாக மாற்றினர். இதன் மூலம் பெண்கள் அறிவு பெறுவதும் அதை சமூகத்துடன் பகிர்வதும் ஒரு வகையில் அங்கீகரிக்கப்பட்டது.

எனவே, பக்தி இலக்கிய காலம் பெண்களுக்கான நூலக அணுகல் வரலாற்றில் ஒரு **மாற்றுக் கட்டமாக** அமைகிறது. நிறுவன ரீதியான நூலகங்கள் இல்லாவிட்டாலும், கோயில் மைய அறிவு அமைப்புகள் பெண்களின் அறிவு வளர்ச்சிக்கு மறைமுகமாக துணைநின்றன. இக்கால அனுபவங்களே பிற்காலங்களில் பெண்கள் எழுத்தாளர்களாக உருவெடுக்கும் அறிவுப் பாதையை அமைத்தன.

விடுதலைக்கு முந்தைய காலம்

விடுதலைக்கு முந்தைய காலகட்டம் தமிழ் சமூகத்தில் பெண்களுக்கான அறிவு அணுகல் மெதுவாக விரிவடைந்த காலமாகும். பாரம்பரிய சமூக கட்டமைப்புகளில் பெண்களின் கல்வி பெரும்பாலும் குடும்ப மற்றும் சமய எல்லைகளுக்குள் கட்டுப்படுத்தப்பட்டிருந்தாலும், 19ஆம் நூற்றாண்டின் இறுதிப் பகுதியில் அச்சு ஊடக வளர்ச்சி மற்றும் கல்வி இயக்கங்கள் பெண்களின் வாசிப்பு அனுபவத்தை விரிவுபடுத்தின. இக்காலத்தில் உருவான நூல்கள், இதழ்கள் மற்றும் தொடக்க நிலை பொது நூலகங்கள் பெண்களுக்கான அறிவுத் தளங்களாக செயல்பட்டன.

பெண்கள் கல்வி குறித்த சிந்தனைகளை முன்வைத்த **கோதை நாயகி அம்மாள்**, பெண்கள் அறிவு பெறாமல் சமூக மாற்றம் சாத்தியமில்லை என வலியுறுத்துகிறார். அவர்,

> “பெண்களுக்கு கல்வி மறுக்கப்படும் வரை, அவர்கள் சமூகத்தில் தங்கள் நிலையை உணர முடியாது” (கோதை நாயகி அம்மாள், 1938, ப. 27)

என்று குறிப்பிடுகிறார். இந்தக் கருத்து, பெண்கள் வாசிப்பும் அறிவு அணுகலும் அவர்களின் சுயநிலையையும் சமூக விழிப்புணர்வையும் உருவாக்கும் அடிப்படை கருவியாக இருப்பதை வெளிப்படுத்துகிறது. இவ்வகை சிந்தனைகள் நூலக அணுகலின் அவசியத்தை மறைமுகமாக உறுதிப்படுத்துகின்றன.

கு.ப. சேது அம்மாள்: பெண்கள் வாசிப்பின் சமூகப் பாதிப்பை தெளிவாக எடுத்துரைக்கிறார். அவர்,

> “பெண் அறிவு பெறத் தொடங்கும் தருணமே அவளுக்கான அடக்குமுறைகள் கேள்விக்குறியாகின்றன” (கு.ப. சேது அம்மாள், 1942, ப. 41)

என்று குறிப்பிடுகிறார். மேலும்,

> “வாசிப்பு பெண்ணை அமைதியான அடிமையிலிருந்து சிந்திக்கும் மனிதையாக மாற்றுகிறது” (மேலது, ப. 43)

என்ற அவரது கருத்து, நூலக அணுகல் பெண்களின் சிந்தனை மாற்றத்தில் மையப் பங்காற்றுகிறது என்பதற்கான வலுவான சான்றாக அமைகிறது.

கமலா விருத்தாச்சலம்: பெண்கள் எழுத்தை சமூக வரலாற்றுடன் இணைத்துப் பார்க்கிறார். அவர்,

> “பெண்களின் வாழ்க்கையை எழுதுவது என்றால் சமூக வரலாற்றை எழுதுவதே ஆகும்” (கமலா விருத்தாச்சலம், 1956, ப. 19)

என்று கூறுவதன் மூலம், பெண்கள் எழுத்து தனிப்பட்ட அனுபவம் அல்ல; அது சமூக மாற்றத்தின் ஆவணம் என்பதை வலியுறுத்துகிறார். இத்தகைய பார்வை, நூலகங்களில் கிடைத்த வரலாற்று மற்றும் சமூக அறிவின் தாக்கத்தால் உருவானதாகக் கருதலாம்.

ராஜம் கிருஷ்ணன்: பெண்கள் வாசிப்பை பெண் விடுதலையின் அடிப்படையாகக் காண்கிறார். அவர்,

> "பெண்கள் வாசிக்கத் தொடங்கிய நாளில்தான் அவர்களுக்கான உலகம் விரிவடைகிறது" (ராஜம் கிருஷ்ணன், 1999, ப. 56)

என்றும்,

> "வாசிப்பு இல்லாத பெண் எழுத்து, அனுபவத்தை அரசியலாக்க முடியாது" (மேலது ப. 62)

என்றும் குறிப்பிடுகிறார். இக்கருத்துகள், விடுதலைக்கு முந்தைய காலத்தில் உருவான பெண் எழுத்து வாசிப்பின் விளைவாக அறிவுச் சிந்தனையாக வளர்ந்ததை தெளிவாக உறுதிப்படுத்துகின்றன.

விடுதலைக்குப் பிந்தைய காலம் - பெண்கள் எழுத்து, நூலகங்கள் மற்றும் தகவல் சிந்தனைகள்

விடுதலைக்குப் பிந்தைய காலகட்டத்தில் பெண்களுக்கான நூலக அணுகல் நிறுவன ரீதியாக வலுப்பெற்றது. அரசின் கல்விக் கொள்கைகள், பொது நூலக இயக்கங்கள், மற்றும் உயர்கல்வி வாய்ப்புகள் பெண்களின் அறிவு அணுகலை விரிவுபடுத்தின. இதன் விளைவாக, தமிழ் பெண் எழுத்து தனிப்பட்ட அனுபவத்தைத் தாண்டி சமூக, அரசியல் மற்றும் பண்பாட்டு சிந்தனைகளாக வளர்ச்சி பெற்றது.

சிவசங்கரி: தனது படைப்புகளில் பெண்களின் வாழ்க்கையை சமூகவியல் பார்வையில் அணுகுகிறார். அவர்,

> "பெண் மனம் என்பது தனிமனித அனுபவம் அல்ல; அது சமூகத்தின் பிரதிபலிப்பு" (சிவசங்கரி, 2003, ப. 34)

என்று குறிப்பிடுகிறார். இந்தக் கருத்து, பெண்களின் அனுபவம் அறிவாக மாறுவதற்கு வாசிப்பு மற்றும் நூலக அணுகல் எவ்வாறு துணைநின்றது என்பதைக் காட்டுகிறது.

பெண் எழுத்தின் சிந்தனை அடித்தளத்தை அரசியல் நோக்கில் விளக்கும் **அம்பை,**

> "பெண் எழுத்து என்பது அனுபவத்தின் அரசியல்" (அம்பை, 2006, ப. 11)

என்று கூறுகிறார். மேலும்,

> "அனுபவம் அறிவாக மாறும்போது தான் அது எதிர்ப்பாகிறது" (மேலது, ப. 15)

என்ற அவரது கருத்துகள், பெண்கள் நூலகங்களில் கிடைக்கும் பெண்ணிய மற்றும் சமூக அறிவுகளை தங்கள் அனுபவங்களுடன் இணைத்து சமூக மாற்றச் சிந்தனைகளாக மாற்றியுள்ளதை விளக்குகின்றன.

சல்மா தனது எழுத்தில் பெண் வாழ்க்கையின் கட்டுப்பாடுகளை வெளிப்படுத்துவதோடு, எழுத்தும் வாசிப்பும் விடுதலையின் வழியாக அமையக்கூடியதைச் சுட்டுகிறார். அவர்,

> "எழுத்து எனக்கு வெளியே செல்லும் வழியைத் தந்தது" (சல்மா, 2004, ப. 7)

என்று கூறுவது, பெண்களுக்கு தகவல் அணுகல் சமூக மற்றும் பண்பாட்டு கட்டுப்பாடுகளிலிருந்து வெளியேறும் அறிவு வழியாக அமைந்ததை வெளிப்படுத்துகிறது.

தற்கால எழுத்தாளர்கள் மற்றும் டிஜிட்டல் தகவல் ஆதாரங்கள்

தற்காலத் தமிழ் சமூகத்தில் டிஜிட்டல் தொழில்நுட்ப வளர்ச்சி பெண்களுக்கான அறிவு அணுகலில் குறிப்பிடத்தக்க மாற்றத்தை ஏற்படுத்தியுள்ளது. பாரம்பரிய நூலகங்கள் மட்டுமல்லாது, டிஜிட்டல் நூலகங்கள், ஆன்லைன் காப்பகங்கள், மின்னிதழ்கள் மற்றும் ஆய்வுத் தரவுத்தளங்கள் ஆகியவை

பெண்களின் தகவல் தேடல் முறைகளை விரிவுபடுத்தியுள்ளன. குறிப்பாக, சமூக மற்றும் குடும்பக் கட்டுப்பாடுகள் காரணமாக நேரடி நூலக அணுகலில் சிரமம் எதிர்கொள்ளும் பெண்களுக்கு, டிஜிட்டல் தகவல் ஆதாரங்கள் மாற்று அறிவு வெளி (alternative knowledge space) ஆக செயல்படுகின்றன.

இந்த டிஜிட்டல் அறிவுச் சூழல், தற்கால தமிழ் பெண் எழுத்தாளர்களின் சிந்தனைகளில் ஆழமான தாக்கத்தை ஏற்படுத்தியுள்ளது. **சல்மா** தனது படைப்புகளில் பெண் மனநிலை, மதச் சூழலில் பெண்கள் எதிர்கொள்ளும் கட்டுப்பாடுகள், மற்றும் உடல்–அதிகார அரசியல் போன்ற விடயங்களை ஆராய்கிறார். அவரது எழுத்து தனிப்பட்ட அனுபவத்தைத் தாண்டி, சமூக மற்றும் வரலாற்று பின்னணியுடன் இணைந்ததாக அமைகிறது. இதற்குப் பின்னணியாக, டிஜிட்டல் நூலகங்கள் மற்றும் ஆன்லைன் கட்டுரைகள் வழியாக கிடைக்கும் பெண்ணிய மற்றும் சமூக ஆய்வுத் தகவல்கள் செயல்பட்டுள்ளன என்று ஆய்வியல் ரீதியில் கருதலாம்.

சிவசங்கரி: தனது கதைகளிலும் கட்டுரைகளிலும் பெண்களின் வாழ்க்கையை சமூக கட்டமைப்புகளுடன் தொடர்புபடுத்தி விளக்குகிறார். பெண்களின் அனுபவங்கள் தனிமனித உணர்வாக அல்லாமல், சமூக பிரதிபலிப்பாக மாறுவதற்கு அறிவு ஆதாரங்கள் அவசியம் என்பதைக் அவரது எழுத்துகள் உணர்த்துகின்றன. இன்றைய சூழலில், இத்தகைய அறிவு ஆதாரங்கள் பெரும்பாலும் டிஜிட்டல் வடிவங்களில் கிடைப்பது குறிப்பிடத்தக்கது.

தாமரை: தனது கவிதைகளிலும் கட்டுரைகளிலும் பெண் அடையாளம், மொழி அரசியல், சமூக உணர்வு போன்றவற்றை முன்வைக்கிறார். அவரது எழுத்தில் காணப்படும் அரசியல் தெளிவு, உலகளாவிய பெண்ணிய சிந்தனைகளுடன் இணைந்ததாக உள்ளது. இது, ஆன்லைன் தரவுத்தளங்கள், டிஜிட்டல் காப்பகங்கள் மற்றும் சர்வதேச ஆய்வுக் கட்டுரைகள் போன்ற தகவல் ஆதாரங்கள் மூலம் உருவான அறிவுச் சிந்தனையின் தாக்கமாகப் பார்க்கப்படுகிறது.

சித்திரலேகா மௌனகுரு: பெண்கள் அனுபவங்களை அகாதமிக் ஆய்வு நோக்கில் அணுகும் எழுத்தாளராக விளங்குகிறார். அவரது எழுத்துகளில் காணப்படும் ஆய்வுத் தன்மை, இலக்கியம், சமூகவியல் மற்றும் பெண்ணியக் கோட்பாடுகள் ஆகியவற்றின் ஒருங்கிணைப்பை வெளிப்படுத்துகிறது. இவ்வகை ஒருங்கிணைந்த சிந்தனை, டிஜிட்டல் நூலகங்கள் மற்றும் மின்னாய்வு தரவுத்தளங்கள் இல்லாமல் சாத்தியமில்லை.

டிஜிட்டல் நூலகங்களின் சமூகப் பங்கை சர்வதேச அளவில் விளக்கும் வகையில், UNESCO (2021) தனது அறிக்கையில், “டிஜிட்டல் நூலகங்கள் பெண்களின் அறிவு அணுகலில் சமத்துவத்தை அதிகரித்து, தகவல் விலகலை (information gap) குறைக்கின்றன” என்று குறிப்பிடுகிறது (UNESCO, 2021). இந்தக் கருத்து, தற்கால தமிழ் பெண் எழுத்தாளர்களின் தகவல் தேடல் சிந்தனைகள் டிஜிட்டல் அறிவுச் சூழலுடன் நேரடியாக தொடர்புடையவை என்பதை உறுதிப்படுத்துகிறது.

மொத்தத்தில், தற்காலத்தில் டிஜிட்டல் தகவல் ஆதாரங்கள் பெண்களுக்கான நூலக அணுகலை விரிவுபடுத்தி, தமிழ் பெண் எழுத்தாளர்களின் சிந்தனைகளை உள்ளூர் அனுபவங்களிலிருந்து உலகளாவிய பெண்ணிய மற்றும் சமூக சிந்தனைகளுடன் இணைக்கும் பாலமாக செயல்படுகின்றன. இதன் மூலம், பெண்களின் எழுத்து அறிவு வெளிப்பாடாக மட்டுமல்லாது, சமூக மாற்றத்திற்கான அறிவுச் செயல்பாடாகவும் உருவெடுக்கிறது.

பெண்களின் நூலக அணுகலில் உள்ள தடைகள்

பெண்களின் கல்வி மற்றும் அறிவு முன்னேற்றத்தில் நூலக அணுகல் முக்கியப் பங்காற்றினாலும், இந்திய சமூகச் சூழலில் பெண்கள் பல்வேறு தடைகளை எதிர்கொள்கிறார்கள். இத்தடைகள் தனிப்பட்டவை அல்ல; அவை சமூக, பொருளாதார மற்றும் பண்பாட்டு கட்டமைப்புகளுடன் ஆழமாக இணைந்துள்ளன. இவ்வாய்வில் பெண்களின் தகவல் தேடல் செயல்முறையை

நேரடியாகப் பாதிக்கும் முக்கிய தடைகள் அடையாளம் காணப்பட்டுள்ளன.

முதன்மையான தடையாக **குடும்ப மற்றும் சமூக கட்டுப்பாடுகள்** விளங்குகின்றன. பாரம்பரிய குடும்ப அமைப்புகளில் பெண்களின் வெளியே செல்வதற்கான சுதந்திரம் பல நேரங்களில் கட்டுப்படுத்தப்படுகிறது. நூலகம் போன்ற பொது இடங்களுக்கு செல்வது தேவையற்றதாகவோ அல்லது சந்தேகத்திற்குரியதாகவோ பார்க்கப்படும் சமூக மனப்பாங்கு, பெண்களின் நூலக பயன்பாட்டை குறைக்கிறது. குறிப்பாக கிராமப்புறங்களில், பெண்களின் முதன்மை அடையாளம் குடும்பப் பொறுப்புகளுடன் இணைக்கப்படுவதால், அறிவு தேடல் இரண்டாம் நிலைக்கு தள்ளப்படுகிறது.

பொருளாதார பின்னடைவு மற்றொரு முக்கிய தடையாகும். குறைந்த வருமானக் குடும்பங்களில் பெண்கள் கல்வி மற்றும் வாசிப்பு தேவைகள் அவசியமற்றதாக கருதப்படுகின்றன. நூலக உறுப்பினர் கட்டணம், பயணச் செலவு, புத்தகங்கள் அல்லது டிஜிட்டல் சாதனங்கள் போன்றவை பெண்களின் அணுகலைக் குறைக்கும் காரணிகளாக அமைகின்றன. இதனால், அறிவு வளங்கள் சமூகத்தில் சமமாகப் பகிரப்படாமல், பெண்கள் தகவல் விலகல் (information exclusion) நிலைக்கு தள்ளப்படுகின்றனர்.

பாதுகாப்பு அச்சம் பெண்களின் நூலக அணுகலில் குறிப்பிடத்தக்க தடையாக உள்ளது. குறிப்பாக மாலை நேரங்களில் அல்லது நகர்ப்புறங்களில், பெண்கள் தனியாகச் செல்லும் போது பாதுகாப்பு குறித்த பயம் நூலக பயன்பாட்டைத் தடுக்கிறது. பாதுகாப்பான போக்குவரத்து வசதிகள் இல்லாமை மற்றும் பொது இடங்களில் பெண்கள் எதிர்கொள்ளும் அசௌகரியம், அவர்களின் தகவல் தேடல் செயல்பாடுகளை வரம்புக்குள் கொண்டுவருகிறது.

நேரக் குறைவு பெண்களின் நூலக அணுகலைக் கட்டுப்படுத்தும் முக்கிய காரணியாக விளங்குகிறது. வீட்டுப்பணி, குழந்தை பராமரிப்பு, வேலை மற்றும் சமூக பொறுப்புகள் ஆகியவற்றின் அழுத்தம் காரணமாக, பெண்களுக்கு வாசிப்பிற்கான

தனிப்பட்ட நேரம் குறைகிறது. இதனால், நூலகம் செல்வதும் தொடர்ச்சியான வாசிப்பும் சாத்தியமற்றதாக மாறுகிறது.

வாசிப்பு சூழல் இல்லாமை பெண்களின் அறிவு வளர்ச்சியைத் தடுக்கும் மறைமுகக் காரணியாகும். வீட்டில் அல்லது சமூகத்தில் வாசிப்பை ஊக்குவிக்கும் சூழல் இல்லாதபோது, பெண்களின் நூலகப் பயன்பாடு தளர்வடைகிறது. வாசிப்பு பழக்கம் குழந்தைப் பருவத்தில் உருவாகாத நிலையில், பெண்கள் நூலகங்களை அறிவுத் தளமாகப் பயன்படுத்துவதில் தயக்கம் காட்டுகின்றனர்.

இந்தத் தடைகள் அனைத்தும் ஒருங்கிணைந்து பெண்களின் தகவல் தேடல் செயல்முறையை நேரடியாக பாதிக்கின்றன. சர்வதேச நூலக அமைப்புகளின் கூட்டமைப்பான **IFLA (2018)** தனது அறிக்கையில், பெண்கள் சமூக மற்றும் பொருளாதார காரணங்களால் தகவல் ஆதாரங்களை சமமாக அணுக முடியாத நிலை உலகளாவிய பிரச்சினையாக இருப்பதாகக் குறிப்பிடுகிறது (IFLA, 2018). இந்தக் கருத்து, இந்தியச் சமூகச் சூழலில் பெண்களின் நூலக அணுகல் எதிர்கொள்ளும் சவால்களை ஆய்வியல் ரீதியாக உறுதிப்படுத்துகிறது.

மொத்தத்தில், பெண்களின் நூலக அணுகலில் உள்ள தடைகள் அவர்களின் தனிப்பட்ட தேர்வுகளின் விளைவு அல்ல; அது சமூக கட்டமைப்புகளின் பிரதிபலிப்பாகும். இத்தடைகளை அடையாளம் கண்டு, அவற்றை அகற்றும் முயற்சிகள் மேற்கொள்ளப்படும்போது மட்டுமே, பெண்களின் தகவல் தேடல் மற்றும் அறிவு முன்னேற்றம் முழுமையாக சாத்தியமாகும்.

நூலகங்கள் வழங்கும் தீர்வுகள்

பெண்களின் நூலக அணுகலில் காணப்படும் சமூக, பொருளாதார மற்றும் பண்பாட்டு தடைகளை நீக்குவதில் நூலகங்கள் முக்கிய பங்கு வகிக்க முடியும். பாரம்பரிய நூலக சேவைகளுடன் இணைந்து, பெண்களின் தனிப்பட்ட தேவைகள் மற்றும் சமூக நிலைகளை கருத்தில் கொண்டு வடிவமைக்கப்படும் தீர்வுகள், அவர்களின் தகவல் தேடல் மற்றும் அறிவு வளர்ச்சியை

வலுப்படுத்தும். இவ்வாய்வில் அடையாளம் காணப்பட்ட தடைகளை அடிப்படையாகக் கொண்டு, நூலகங்கள் வழங்கக்கூடிய முக்கிய தீர்வுகள் பின்வருமாறு ஆராயப்படுகின்றன.

பெண்கள் மைய வாசிப்பு பிரிவுகள் அமைத்தல் பெண்களின் நூலகப் பயன்பாட்டை ஊக்குவிக்கும் ஒரு பயனுள்ள உத்தியாகும். பெண்கள் தொடர்பான இலக்கியங்கள், வரலாறு, பெண்ணிய ஆய்வுகள், வாழ்க்கைத் திறன் நூல்கள் ஆகியவற்றை ஒருங்கிணைத்து வழங்கும் தனிப்பட்ட வாசிப்பு இடங்கள், பெண்களுக்கு பாதுகாப்பான மற்றும் சௌகரியமான வாசிப்பு சூழலை உருவாக்குகின்றன. இத்தகைய பிரிவுகள் பெண்களின் அறிவு தேடலை சமூக அங்கீகாரம் பெற்ற செயலாக மாற்றுகின்றன.

குழந்தை பராமரிப்பு வசதிகள்: பெண்களின் நூலக அணுகலை அதிகரிக்கக் கூடிய முக்கிய தீர்வாகும். சிறிய குழந்தைகள் கொண்ட பெண்கள், வாசிப்பிற்காக நேரம் ஒதுக்க முடியாத நிலை பொதுவாக காணப்படுகிறது. நூலக வளாகங்களில் குழந்தை பராமரிப்பு மையங்கள் அமைக்கப்படும்போது, பெண்கள் மனநிம்மதியுடன் நூலக சேவைகளைப் பயன்படுத்த முடியும். இது, நேரக் குறைவு என்ற தடையை குறைக்கும் நடைமுறை தீர்வாக அமைகிறது.

பெண்கள் தொடர்பான சிறப்பு தரவுத்தளங்கள்: உருவாக்குதல், பெண்களின் தகவல் தேடலை அறிவியல் ரீதியில் வலுப்படுத்தும். பெண்கள் வரலாறு, பெண் எழுத்து, பெண்ணியக் கோட்பாடுகள், சமூக ஆய்வுகள் போன்ற தலைப்புகளை மையமாகக் கொண்ட தரவுத்தளங்கள், மாணவிகள், ஆய்வாளர்கள் மற்றும் பெண் எழுத்தாளர்களுக்கான முக்கிய அறிவு ஆதாரங்களாக விளங்கும். இத்தகைய தரவுத்தளங்கள், பெண்களின் அனுபவங்களை அறிவாக மாற்றும் செயல்முறையை ஆதரிக்கின்றன.

டிஜிட்டல் நூலக அணுகல்: பெண்களின் அறிவு அணுகலில் புதிய பரிமாணத்தை உருவாக்குகிறது. இடம், நேரம், பாதுகாப்பு போன்ற கட்டுப்பாடுகளை மீறி, ஆன்லைன் மூலம் நூல்கள்,

இதழ்கள், ஆய்வுக் கட்டுரைகள் மற்றும் காப்பகங்களை அணுகும் வாய்ப்பு பெண்களுக்கு கிடைக்கிறது. குறிப்பாக, சமூக மற்றும் குடும்ப கட்டுப்பாடுகள் காரணமாக நேரடி நூலக அணுகலில் சிரமம் அடையும் பெண்களுக்கு, டிஜிட்டல் நூலகங்கள் மாற்று அறிவு வெளியாக செயல்படுகின்றன.

சமூக விழிப்புணர்வு நிகழ்ச்சிகள்: பெண்களின் நூலக அணுகலை ஊக்குவிக்கும் முக்கியமான நடவடிக்கையாகும். வாசிப்பு இயக்கங்கள், பெண்கள் வாசிப்பு வட்டங்கள், எழுத்தாளர் சந்திப்புகள், மற்றும் தகவல் கல்வி (information literacy) பயிற்சிகள் மூலம், பெண்கள் நூலகங்களை தங்கள் வாழ்க்கையின் ஒரு அங்கமாகப் பார்க்கத் தொடங்குகின்றனர். இத்தகைய நிகழ்ச்சிகள், வாசிப்பை தனிப்பட்ட செயலாக அல்லாமல், சமூக முன்னேற்றத்திற்கான கூட்டுச் செயலாக மாற்றுகின்றன.

மொத்தத்தில், நூலகங்கள் பெண்களின் தேவைகளை மையமாகக் கொண்டு செயல்படும் போது, அவை அறிவு சேகரிப்பு இடங்களாக மட்டுமல்லாது, பெண்கள் சுயநிலை, சமூக பங்கேற்பு மற்றும் அறிவு அதிகாரத்தை உருவாக்கும் மையங்களாக மாறுகின்றன. இத்தகைய தீர்வுகள் நடைமுறைப்படுத்தப்படுவதன் மூலம், பெண்களின் நூலக அணுகலில் உள்ள தடைகள் படிப்படியாகக் குறைந்து, தகவல் சமத்துவம் உறுதி செய்யப்படலாம்.

முடிவுரை

சங்க கால ஓலைச்சுவடி மரபிலிருந்து தொடங்கி, பக்தி இலக்கியக் காலத்தின் கோயில் மைய அறிவு அமைப்புகள், விடுதலைக்கு முந்தைய அச்சு ஊடக வளர்ச்சி, விடுதலைக்குப் பிந்தைய பொது நூலக இயக்கங்கள், மற்றும் தற்கால டிஜிட்டல் அறிவுச் சூழல் வரை, பெண்களின் அறிவு அணுகல் தொடர்ந்து மாற்றம் பெற்று வந்துள்ளது. இந்த வரலாற்றுப் பயணத்தில், தமிழ் பெண் எழுத்தாளர்கள் நூலகங்களிலும் அறிவு ஆதாரங்களிலும் பெற்ற வாசிப்பு அனுபவங்கள், அவர்களின் தனிப்பட்ட அனுபவங்களை சமூக, அரசியல் மற்றும் பண்பாட்டு

சிந்தனைகளாக மாற்றியமைத்துள்ளன. ஆண்டாள் முதல் அம்பை, சிவசங்கரி, சல்மா போன்ற தற்கால எழுத்தாளர்கள் வரை, பெண்களின் எழுத்து அறிவின் வெளிப்பாடாகவும் சமூக மாற்றத்திற்கான குரலாகவும் உருவெடுத்திருப்பதற்குப் பின்னணியாக நூலகங்களும் தகவல் ஆதாரங்களும் முக்கியப் பங்கு வகித்துள்ளன.

பெண்கள் மைய வாசிப்பு பிரிவுகள், குழந்தை பராமரிப்பு வசதிகள், பெண்கள் தொடர்பான சிறப்பு தரவுத்தளங்கள், டிஜிட்டல் நூலக அணுகல், மற்றும் சமூக விழிப்புணர்வு நிகழ்ச்சிகள் போன்ற நூலகத் தீர்வுகள், பெண்களின் அறிவு அணுகலை சமத்துவ அடிப்படையில் வலுப்படுத்தக்கூடிய நடைமுறை வழிகளாக அமைகின்றன. குறிப்பாக, டிஜிட்டல் நூலகங்கள் இடம், நேரம் மற்றும் சமூக கட்டுப்பாடுகளை மீறி பெண்களுக்கு மாற்று அறிவு வெளி ஒன்றை உருவாக்கி, தகவல் விலகலை குறைக்கும் சக்திவாய்ந்த கருவியாக செயல்படுகின்றன.

பெண்களுக்கான நூலக அணுகலை உரிமையாகவும் சமூக பொறுப்பாகவும் புரிந்து கொண்டு, அதனை உறுதி செய்யும் முயற்சிகள் மேற்கொள்ளப்படும்போது மட்டுமே, தமிழ் சமூகத்தில் உண்மையான அறிவுச் சமத்துவமும் நிலையான சமூக மாற்றமும் சாத்தியமாகும்.

பயன்பட்ட நூல்கள்

1. மு. வரதராசன். (1988). *தமிழ் இலக்கிய வரலாறு*. சாகித்ய அகாதமி.
2. இரா. நாகசாமி. (2004). *தமிழர் பண்பாடு*. தமிழ்ப் பல்கலைக்கழகம்.
3. க. பஞ்சாங்கம். (2010). *நவீன தமிழ் இலக்கிய விமர்சனம்.*
4. ராஜம் கிருஷ்ணன். (1999). *பெண்கள் எழுத்து.*
5. அம்பை. (2006). *பெண் எழுத்தின் அரசியல்*. காலச்சுவடு.
6. Foucault, M. (1980). *Power/Knowledge*. Pantheon Books.

7. Harding, S. (1991). *Whose Science? Whose Knowledge?* Cornell University Press.

8. Wilson, T. D. (1999). "Models in Information Behaviour Research." *Journal of Documentation*.

9. UNESCO. (2017). *Libraries and Women Empowerment*.

10. IFLA. (2018). *Access to Information and Gender Equality*.

முடிவுரை

மொழி என்பது மனிதன் தன் சிந்தனையை வெளிப்படுத்துவதற்கான கருவி மட்டுமன்று. அது ஒரு இனத்தின் வரலாறு, அதன் பண்பாடு, அறிவு, அனுபவம், வாழ்க்கை நெறி, உலகப்பார்வை, எதிர்கால நோக்கு ஆகிய அனைத்தையும் தன்னகத்தே தாங்கி நிற்கும் பேரறிவுக் களஞ்சியமாகும். அந்த வகையில் உலக மொழிகளுள் தனித்துவமான செம்மொழியாகத் திகழும் தமிழ், ஆயிரக்கணக்கான ஆண்டுகள் கடந்தும் தன் உயிர்த்தன்மையையும், அறிவுப் பெருக்கத்தையும், இலக்கிய வளத்தையும் இன்றளவும் தக்க வைத்திருக்கும் அதிசய மரபாக விளங்குகிறது. அந்த மாபெரும் தமிழறிவின் பல்வேறு பரிமாணங்களை ஆய்ந்து, வாசக மனங்களுக்கு புதிய சிந்தனை உலகத்தைத் திறந்து வைக்கும் முயற்சியாகவே *தமிழ்ப் பயணம்* என்னும் இந்நூல் அமைகிறது.

இந்நூலில் இடம்பெற்றுள்ள ஒவ்வொரு கட்டுரையும் தனித்தனியான கருத்துக்களை எடுத்துரைக்கும் ஆய்வுகளாக மட்டும் அமைவதில்லை. மாறாக, அவை அனைத்தும் ஒன்று சேர்ந்து தமிழ் மொழியின் பெருமை, தமிழ் இலக்கியத்தின் ஆழம், தமிழர் சமூகத்தின் வாழ்வியல் மேன்மை, மனித உணர்வுகளின் நுட்பம், இயற்கையோடு இணைந்த பண்பாட்டு வாழ்க்கை, அறம் சார்ந்த சமூக சிந்தனை, ஆன்மிக அனுபவம், உலக மனிதநேயம் போன்ற பரந்த சிந்தனைப் பரப்புகளை ஒருங்கிணைத்து வெளிப் படுத்துகின்றன. இதனால் இந்நூல் வெறும் கட்டுரைத்தொகுப்பாக இல்லாமல் தமிழ்ச் சிந்தனையின் பல திசைப் பயணங்களை எடுத்துரைக்கும் அறிவுப் பயண நூலாக உயர்கிறது.

தமிழின் தொன்மையான இலக்கண மரபை உலகிற்கு எடுத்துக்காட்டும் *Tolkāppiyam* பற்றிய ஆய்வுகள் இந்நூலில் முக்கிய இடம் பெறுகின்றன. தொல்காப்பியம் என்பது மொழியின் எழுத்து, சொல், பொருள் ஆகியவற்றை மட்டும் வரையறுக்கும் நூலாக இல்லாமல், ஒரு சமூகத்தின் வாழ்க்கை ஒழுங்கை வடிவமைக்கும் சிந்தனை மரபாகவும் திகழ்கிறது என்பதனை இந்நூலில் இடம்பெற்ற ஆய்வுகள் தெளிவாக உணர்த்துகின்றன. தமிழர் காதல் வாழ்வு, வீர வாழ்வு, சமூக ஒழுக்கம், உணர்ச்சி வெளிப்பாடு, கலை உணர்வு, அழகியல் நயம் போன்ற அனைத்தையும் முறையாக

வகுத்து காட்டிய தமிழ்ச் சிந்தனையின் உச்ச வடிவமே தொல்காப்பியம் என்பதை இந்நூல் மறுபடியும் வலியுறுத்துகிறது.

அதேபோல் சங்க இலக்கியங்கள் பற்றிய கட்டுரைகள், பண்டைய தமிழர் வாழ்வு எவ்வளவு உயர்ந்த சமூக அமைப்பைக் கொண்டிருந்தது என்பதை வெளிப்படுத்துகின்றன. மனிதன் இயற்கையோடு ஒன்றிணைந்து வாழ்ந்த வாழ்க்கை, நிலம் சார்ந்த தொழில்கள், காதலின் நுட்பமான உணர்வுகள், வீரத்தின் உயர்வு, நட்பின் ஆழம், விருந்தோம்பலின் பெருமை, கொடையின் மகத்துவம், ஆட்சியாளரின் கடமை, சமூக நலன் போன்ற பல கருத்துக்கள் சங்க இலக்கியங்களில் எவ்வளவு ஆழமாக பதிவு செய்யப்பட்டுள்ளன என்பதனை இந்நூல் விரிவாக எடுத்துரைக்கிறது. தமிழர் வாழ்வு என்பது வெறும் தனிமனித வாழ்க்கை அல்ல; அது சமூகப் பொறுப்புணர்வோடு இணைந்த நாகரிக வாழ்க்கை என்பதை சங்க இலக்கியங்கள் வழியாக இந்நூல் மீண்டும் நினைவூட்டுகிறது.

இயற்கை சார்ந்த சிந்தனைகள் இந்நூலின் மற்றொரு முக்கியமான பரிமாணமாக அமைகின்றன. மனிதன் இயற்கையிலிருந்து தனித்து நிற்கும் உயிரல்ல; இயற்கையோடு இணைந்து வாழும் உயிர் என்ற உண்மையை தமிழ்ச் சிந்தனை தொன்றுதொட்டு வலியுறுத்தி வந்துள்ளது. மலை, காடு, வயல், கடல், வறண்ட நிலம் என நிலங்களின் இயல்புகளையும் மனித வாழ்வின் உணர்ச்சிகளோடும் இணைத்து தமிழர் உருவாக்கிய சிந்தனை மரபு உலக இலக்கியங்களில் தனித்த இடம் பெறுகிறது. இயற்கை என்பது வெறும் காட்சிப் பொருள் அல்ல; அது மனித உள்ளத்தின் பிரதிபலிப்பு என்பதை சங்க இலக்கியம் நிறுவுகிறது. அந்த உண்மையை இந்நூல் புதிய பார்வையோடு மீண்டும் எடுத்துரைக்கிறது.

ஆன்மிகம் குறித்த ஆய்வுகள் இந்நூலில் தனிச் சிறப்புடையவை. மனித வாழ்வு வெறும் உடல் சார்ந்த அனுபவம் அல்ல; அதற்குள் மறைந்திருக்கும் உள்ளார்ந்த தேடல், உலகத்தின் இயல்பை அறியும் ஆர்வம், உயிரின் பொருளை உணரும் முயற்சி, உயர்ந்த உண்மையை அடையும் மனப்பயணம் ஆகிய அனைத்தும் மனித வாழ்க்கையின் அங்கங்களாகும் என்பதை தமிழ் இலக்கியங்கள் தொடர்ந்து வெளிப்படுத்தி வருகின்றன. பக்தி இலக்கியங்கள், சித்தர் பாடல்கள், தத்துவ மரபுகள் அனைத்தும் மனித உள்ளத்தின் ஆழ்ந்த தேடல்களைக் காட்டுகின்றன. இறைநம்பிக்கை, இயற்கை உணர்வு, மனித உள்ள அமைதி, தன்னறிவு ஆகியவற்றை ஒன்றிணைத்து தமிழ் இலக்கியம்

மனிதனை உயர்ந்த நிலைக்கு வழிநடத்துகிறது என்பதை இந்நூல் சிறப்பாக எடுத்துரைக்கிறது.

தமிழ் இலக்கியங்கள் மனித உணர்வுகளின் பேரரங்கமாகவும் திகழ்கின்றன. சிரிப்பு, அழுகை, அச்சம், மகிழ்ச்சி, பெருமிதம், கோபம், காதல், துயரம் போன்ற மனித உணர்வுகளை எவ்வாறு வெளிப்படுத்த வேண்டும் என்பதையும் தமிழ்ச் சிந்தனை மிகத் தொன்மையான காலத்திலேயே அறிந்திருந்தது. மனித மனத்தின் இயக்கங்களைப் புரிந்து கொண்டு அவற்றை இலக்கிய வடிவில் அமைத்த தமிழர் அறிவு உலக சிந்தனை வரலாற்றில் தனி இடம் பெறுகிறது. இலக்கியம் என்பது பொழுதுபோக்கிற்காக உருவாக்கப்பட்ட ஒன்று அல்ல; அது மனித மனதைச் செம்மைப்படுத்தும் கருவி என்பதனை இந்நூல் பல்வேறு ஆய்வுகள் வழியாக வெளிப்படுத்துகிறது.

சமூக அறம் சார்ந்த சிந்தனைகளும் இந்நூலில் பெரும் முக்கியத்துவம் பெறுகின்றன. மனிதன் தனித்து வாழ்வதற்காகப் பிறந்தவன் அல்ல; பிறருடன் இணைந்து வாழும் சமூக உயிர் என்ற உண்மையை தமிழ்ச் சிந்தனை தொடர்ந்து வலியுறுத்தி வந்துள்ளது. உணவளித்தல், நீர் பாதுகாத்தல், விருந்தோம்பல், ஏழைகளுக்கு உதவுதல், செல்வத்தை பகிர்தல், ஆட்சியில் நீதி நிலைநாட்டல், பிற உயிர்களைப் பாதுகாத்தல் போன்ற உயர்ந்த வாழ்வியல் கோட்பாடுகள் தமிழர் சமூகத்தின் அடையாளங்களாக இருந்துள்ளன. இத்தகைய சமூகச் சிந்தனைகள் இன்றைய உலகத்திற்கும் மிகப் பெரிய பாடமாக அமைகின்றன.

இந்நூலின் மிகப் பெரிய சிறப்பு என்னவெனில், தமிழ் இலக்கியங்களை கடந்தகால நினைவுச் சின்னங்களாக மட்டும் பார்க்காமல், இன்றைய உலகிற்கும் தேவையான சிந்தனை மரபுகளாக அணுகுவது ஆகும். இன்றைய காலத்தில் மனிதன் இயற்கையிலிருந்து விலகி நிற்கிறான். சமூகப் பொறுப்புணர்வு குறைந்து வருகிறது. குடும்ப உறவுகள் பலவீனமடைகின்றன. தனிமனித வாழ்க்கை அதிகரிக்கிறது. மன அமைதி குறைகிறது. இத்தகைய சூழலில் தமிழர் தொன்மையான சிந்தனைகள் புதிய வழிகாட்டுதலாக அமையக்கூடியவை என்பதை இந்நூல் தெளிவாக உணர்த்துகிறது.

தமிழ் என்பது வெறும் பேசப்படும் மொழி அல்ல; அது வாழப்படும் வாழ்க்கை. தமிழ் என்பது ஒரு இனத்தின் அடையாளம் மட்டுமல்ல; அது உலக மனிதனுக்கே வழிகாட்டும் உயர்ந்த அறிவு மரபு. தமிழ் இலக்கியங்கள் வெறும் கலைச் செல்வங்கள் அல்ல; அவை மனித சமுதாயத்தை நல்வழிப்படுத்தும் வாழ்வியல் நூல்கள்.

இந்த உண்மையை ஆழமாகப் புரிந்துகொள்ள உதவும் சிந்தனைப் பாலமாகவே இந்நூல் விளங்குகிறது.

ஒரு மொழியின் பெருமை அதன் வயதில் மட்டும் இல்லை; அது மனித வாழ்வை எவ்வளவு உயர்த்துகிறது என்பதில்தான் உள்ளது. அந்த வகையில் தமிழ் உலகின் மிக உயர்ந்த சிந்தனை மரபுகளைத் தன்னகத்தே கொண்ட மொழி என்பதனை இந்நூல் ஒவ்வொரு பக்கத்திலும் உறுதிப்படுத்துகிறது. கடந்த காலத்தின் அறிவை இன்றைய தலைமுறையோடு இணைக்கும் பாலமாகவும், புதிய ஆய்வுகளுக்கான கதவுகளைத் திறக்கும் வழிகாட்டியாகவும் *தமிழ்ப் பயணம்* அமைகிறது.

இறுதியாகச் சொல்லப்பட வேண்டியது ஒன்றே. தமிழ் கற்றல் என்பது ஒரு மொழியை அறிதல் அல்ல; ஆயிரம் ஆண்டுகள் வாழ்ந்து வந்த ஒரு நாகரிகத்தை அறிதல் ஆகும். தமிழ் இலக்கியங்களை வாசிப்பது என்பது சொற்களைப் படிப்பது அல்ல; மனித வாழ்க்கையின் உயர்ந்த உண்மைகளைத் தேடிச் செல்லும் அறிவுப் பயணம் ஆகும். அந்த அறிவுப் பயணத்தின் உயிரோட்டமிக்க சுவடாக இந்த *தமிழ்ப் பயணம்* என்றும் நிலைத்து நிற்கும்.

தமிழின் தொன்மை எதிர்கால தலைமுறைகளின் அறிவாக மாற வேண்டும். தமிழரின் வாழ்வியல் உலக மனிதகுலத்தின் வழிகாட்டியாக மாற வேண்டும். தமிழ் இலக்கியங்களில் மறைந்திருக்கும் பேரறிவு புதிய ஆய்வுகளாக வெளிப்பட வேண்டும். அந்த உயர்ந்த நோக்கை நோக்கிச் செல்லும் அரிய முயற்சியாக இந்நூல் நீடித்து நிற்கட்டும்.

வாழ்க தமிழ். வளர்க தமிழறிவு. செழிக்கட்டும் தமிழ்ச் சிந்தனை. நிலைக்கட்டும் தமிழர் நாகரிகம்.

www.ingramcontent.com/pod-product-compliance
Lightning Source LLC
LaVergne TN
LVHW100322210926
848480LV00003B/1228